கேமரா

எனும் பயங்கரவாதியின்
78 மணிநேரம்

மகா. தமிழ்ப் பிரபாகரன்

மகா. தமிழ்ப் பிரபாகரன், ஊடகவியலாளர் மற்றும் ஆவணப் பட இயக்குநர். சமூக மற்றும் போர் முரண்பாடுகளில் ஊடக செயல்பாட்டினைக் கொண்டுள்ளவர். தற்போது சர்வதேச அகதிகள் சார்ந்த திட்டமொன்றில் ஊடக அதிகாரியாகப் பணியாற்றி வருகிறார்.

நியூஸ் 7 தமிழ் தொலைக்காட்சியில் செய்தியாளராக இருந்தவர். விகடன் மாணவ நிருபர் திட்டத்தில் தலைசிறந்த மாணவ நிருபர் மற்றும் புகைப்படவியலாளருக்கான விருதைப் பெற்றுள்ளார். இவருடைய 'இந்த நிலம் ராணுவத்துக்குச் சொந்தமானது' (This Land Belongs to their Army) என்ற ஆவணப்படம் சர்வதேச கேரள ஆவணப்பட விழாவில் தேர்வானது. பாவை பொறியியல் கல்லூரியில் பி.டெக். தகவல் தொழில்நுட்பம் பயின்றவர்.

'புலித்தடம் தேடி' நூலின் ஆசிரியர்.

செல்வி - மணி காளியண்ணன் இவருடைய தாய்- தந்தை. நாமக்கல் மாவட்டம் அத்தனூர் ஆயிபாளையம் சொந்த நிலம். தருமபுரி மாவட்டம் கோபிநாதம்பட்டி கூட்ரோடு என்ற கிராமத்திலும் சேலத்திலும் வளர்ந்தவர். தற்போது சென்னையில் வசிக்கிறார். இவரின் முழுமையான செயல் பாட்டினை அறிய: beyondslavery.org

கேமரா

எனும் பயங்கரவாதியின்
78 மணிநேரம்

மகா. தமிழ்ப் பிரபாகரன்

கேமரா எனும் பயங்கரவாதியின் *78 மணிநேரம்*
Camera Enum Bayangaravaadhiyin 78 ManiNeram
Maga. Tamizh Prabhagaran ©

First Edition: December 2016
104 Pages

ISBN 978-81-8493-711-4
Kizhakku - 967

Kizhakku Pathippagam
177/103, First Floor,
Ambal's Building, Lloyds Road,
Royapettah, Chennai - 600 014.
Ph: +91-44-4200-9603

Email : support@nhm.in
Website : www.nhm.in

 kizhakkupathippagam
 kizhakku_nhm

Author's Email: magatamizh@gmail.com

Author's Website: www.beyondslavery.org

Kizhakku Pathippagam is an imprint of New Horizon Media Private Limited.

விஷயம் இவ்வளவுதான்! இடர்பாடில்லாமல் போர் குறித்த செய்தியை வெளியிடுவதற்கு வேறுவழியே இல்லை. போர் செய்தி வெளியிடுதல் என்பது குழப்பம், பேரழிவு, மரணம், வலி ஆகியவற்றால் சின்னாபின்னமான இடங்களுக்கு நேரடியாகச் செல்வதாகும். அதற்கு சாட்சியமாக இருப்பதற்கு முயற்சி செய்வதாகும்.

போரால் நேரடியாக மிகவும் பாதிக்கப்பட்டோர், போரிட கோரப்பட்டோர், வெறுமனே உயிர் வாழ்வதற்காக முயலுவோர் ஆகியோரின் அனுபவம் மீதே கரிசனம் கொள்கிறேன். இந்த இடங்களுக்கு செல்வதும் என்ன நடந்துக் கொண்டிருக்கிறது என்பதை அறிவதுமே உண்மையை அடைவதற்கான ஒரே வழி.

– மேரி கொல்வின்

●

2001 ஆம் ஆண்டு இலங்கை ராணுவத்தின் நேரடி துப்பாக்கிச்சூட்டில் கண்ணை இழந்து, 2012 சிரிய போரில் தனது ஊடகப் பணிக்காக உயிரையும் கொடுத்த மேரி கொல்வின் அம்மையாருக்கும் இலங்கைப் போரில் உயிர்நீத்த ஊடகவியலாளர்களுக்கும் இந்நூலைச் சமர்ப்பிக்கிறேன்.

அரச பயங்கரவாதம்

இலங்கை இனப்பிரச்னையில் புலிகளையும் தமிழர் களையும் மட்டுமல்ல பத்திரிகையாளர்களையும், மனித உரிமையாளர்களையும், நீதிரீதியான செயற் பாட்டாளர்களையும் சேர்த்தே பயங்கரவாத அடை யாளத்திற்குள் உள்ளடக்குகிறது அந்நாட்டு அரசு.

இனவெறி பரவிய தங்கள் நடைமுறை அமைப் பிற்கு கேமராவும் எழுத்தும் துப்பாக்கிகளை விடவும் ஆபத்தானது என அஞ்சுகிறது அரச பயங்கரவாதம்.

முதலாம் உலகப்போரின் போது போருக்கு ஆதரவான பொதுத்திரள் கருத்தினை பெருக்க க்ரீல் குழுவினை உருவாக்கியது அமெரிக்கா. அதுபோல தொடர்ந்து போர்களையும் தங்கள் செயல்களையும் நியாயப்படுத்தி தங்களுக்கு ஆதரவான பொதுத்திரள் கருத்தை உருவாக்க அரச கட்டமைப்புகள் இன்று வரை திட்டமிட்ட வேலை களை மேற்கொள்கின்றன. அந்த விதத்திலானதே இலங்கை அரசு ஊடகங்கள்/ஊடகவியலாளர்கள் மீது நடத்தும் தாக்குதல்கள். அவற்றினை மேலும் புரிந்துக்கொள்ளும் வண்ணம் 'ஊடகங்களை மௌனிக்கச் செய்தல்' என்ற இனப்படுகொலைக்கு எதிரான ஒன்றிணைவு அமைப்பின் அறிக்கை தமிழில் கொடுக்கப்பட்டுள்ளது. இதற்கு அனுமதி வழங்கிய அவ்வமைப்பிற்கும் மொழிபெயர்ப்பைச் செழுமைப்படுத்த உதவிய தோழர் பாஸ்கர் அவர்களுக்கும் எனது வணக்கங்கள்.

எனது விடுதலைக்குக் குரல் கொடுத்த பத்திரிகையாளர்கள்/பத்திரிகை அமைப்புகள், நண்பர்கள், தோழர்கள், அரசியல் கட்சி/இயக்கத் தலைமைகள், முகம் தெரியா அன்பு உள்ளங்களை நன்றி என்ற சொல்லினால் நினைவுகூர்ந்துவிடமுடியாது. அவர்களின் குரலுக்கு இத்தொகுப்பே நினைவுசூழ் இருப்பு. என்னை விடுவிக்க நடவடிக்கை எடுத்த இந்திய அரசின் செயல்பாட்டிற்கு எனது நன்றிகள்.

என்னால் பெரும் மனத்துயரத்துக்கு உள்ளான என் அம்மாவிற்கும் நெருங்கிய நண்பர்களுக்கும் உறவினர்களுக்கும் நான் மீண்டு வந்தது மட்டுமே அவர்களுக்கான ஒட்டுமொத்த ஆறுதல்.

தமிழ்த் தேசிய கூட்டமைப்பின் நாடாளுமன்ற உறுப்பினர் சிறீதரன், வட மாகாண சபை உறுப்பினர் பசுபதிபிள்ளை, கரைச்சி பிரதேச சபை உறுப்பினர் தயாபரன் ஆகியோருக்கும் ரஜீஷ் குமார், குணரத்தினம் சர்வானந்தாவிற்கும் எனது மனமார்ந்த நன்றியினைத் தெரிவித்துக் கொள்கிறேன்.

இந்நூல் தொடர்பாக தங்களுடைய கருத்தினைப் பதிவு செய்திருக்கும் மருத்துவர் வரதராஜா அவர்களுக்கும் ஊடகவியலாளர் ராஜேஷ் சுந்தரம் அவர்களுக்கும் எனது அன்பு பொங்கும் நன்றி.

தமிழ்ப் பிரபாகரன் என்ற தனிமனிதனின் சிரமங்களைப் பேசக் கூடியதல்ல இத்தொகுப்பு. லட்சக்கணக்கான தமிழ் மக்களும் அவர் களைச் சார்ந்த செயற்பாட்டாளர்களும் எதிர்கொள்ளும் விசாரணை களின் ஒரு வகையான குணாதிசயம் இது.

தோழமையுடன்,
மகா.தமிழ்ப் பிரபாகரன்

வாழ்த்துரை

ஈழத்தமிழர்களின் மண் மீட்புப் போராட்டத்தின் வடுக்களையும் அவலங்களையும் தான் நேரில் கண்ட அனுபவங்களின் ஊடாக 'புலித்தடம் தேடி' எனும் புத்தகமாக முன்வைத்தவர் ஊடகவியலாளர் மகா.தமிழ்ப் பிரபாகரன்.

பின்னர் மீண்டும் இலங்கை சென்றபோது இலங்கை அரசுப் படையினரால் கைதுசெய்யப்பட்டு நான்காம் மாடி எனும் இலங்கை புலனாய்வுத் துறையின் அதி உச்ச சித்திரவதைக்கூடத்தில் சிறைவைக்கப்பட்டு, விசாரணைக்கு உட்படுத்தப் பட்டு விடுவிக்கப்பட்டார்.

இத்தனைக்குப் பின்னரும் ஈழத்தமிழர்களின் நிலங்களைத் திட்டமிட்டு அபகரிப்பதன்மூலம் அவ்வினத்தை நீர்த்துப்போகச்செய்யும் இலங்கை அரசின் செயற்பாட்டை, 'இந்த நிலம் ராணுவத்திற்குச் சொந்தமானது' என்ற ஆவணப் படம்மூலம் ஐ.நா. வரையும் எடுத்துச்சென்றார்.

இலங்கை அரசப் படையினரால் கைது செய்யப் பட்டு விசாரணைக்குட்படுத்தப்பட்ட தனது அனுபவத்தை 'கேமரா எனும் பயங்கரவாதியின் 78 மணி நேரம்' என்ற இந்த நூலின் ஊடாக இலங்கை புலனாய்வுத்துறையினரின் மறைமுக சித்திரவதை களையும், விசாரணை முறைகளையும், விசாரணைக் கூடங்களின் அமைப்பு மற்றும் மனித உரிமை மீறல்களையும் பதிவு செய்திருக்கிறார்.

இலங்கையின் அரசப் படைகள் தமிழர் பிரதேசங்களில் மேற்கொண்ட கோர யுத்தத்தின் அழிவுகளையும் போரினால் பாதிக்கப்பட்ட மக்கள் இன்றுவரை அனுபவித்து வரும் அவல வாழ்க்கையையும் அவர்கள் எதிர்நோக்கும் சவால்களையும் உரையாடல் வடிவில் தெளிவாக வெளிக்கொணர்ந்துள்ளார்.

போருக்குப் பிறகான ராணுவத்தினரின் அடாவடித்தனங்களையும் ஆடம்பர வாழ்க்கையையும்கூட இதில் பதிவு செய்திருக்கிறார். குடிக்கத் தண்ணீர் கேட்ட இவருக்குத் தண்ணீரில் பெட்ரோல் கலந்து கொடுத்ததில் இருந்து ராணுவத்தினர் தமிழ்க் கைதிகளை எவ்வாறு துன்புறுத்துகின்றனர் என்பது புரிகிறது. அவர்களுடைய கொடூர மனநிலையை இந்தப் புத்தகம் அம்பலப்படுத்துகிறது.

இவரைப் போல நானும் நான்காம் மாடியில் நான்கு மாதங்கள் சிறை வைக்கப்பட்டு, கடும் விசாரணைக்கு உட்படுத்தப்பட்டிருந்தேன். 2009 ம் ஆண்டு வன்னியில் இறுதி யுத்தம் நடந்தபோது தமிழர் பகுதிமீது செறிவான விமானம் மற்றும் எறிகணை தாக்குதல்கள் மேற்கொள்ளப் பட்டு, தமிழ் மக்கள் கொன்றொழிக்கப்பட்டனர். வெளிநாட்டுப் பணியாளர்களும் ஊடகவியலாளர்களும் அப்பகுதிக்கு அனுமதிக்கப் படவில்லை.

தினந்தோறும் நூற்றுக்கணக்கான தமிழர்கள் கொல்லப்பட்டனர், காயப்படுத்தப்பட்டனர், திட்டமிடப்பட்டு அழிக்கப்பட்டனர். போர் தவிர்ப்பு வலயம் (No Fire Zone) என்று அறிவித்து, உலகையும் மக்களையும் ஏமாற்றி, அப்பாவி மக்களை அந்த இடத்துக்கு வரவழைத்து, மிக மோசமான கனரக மற்றும் கொத்துக் குண்டுகளைப் பாவித்துக் கொன்றொழித்தார்கள்.

மக்கள் இடம்பெயர்ந்து தங்கியிருந்த இடங்கள், பாடசாலைகள், கோயில்கள், ஏன் வைத்தியசாலைகள்கூடத் திட்டமிட்ட முறையில் இலங்கை அரசப் படைகளால் அழிக்கப்பட்டன. உணவு மற்றும் மருந்துகளைக்கூட அனுப்பி வைக்காததன்மூலம் மக்களின் இறப்பு அதிகமாக்கப்பட்டது. தமிழ் மக்களை மீட்கிறோம் எனக் கூறிய இலங்கை அரசாங்கம், அங்கு ஒரு தமிழர்கூட காயப்படவோ இறக்கவோ இல்லை என்று பொய் கூறியது.

ஆனால் அப்போது அப்பகுதியில் வைத்தியராக கடமையாற்றிய எங்களால் மட்டுமே அங்கு நடக்கும் உண்மையான நிலவரங்களையும் மக்களின் அவலங்களையும் வெளி உலகுக்குத் தெரிவிக்கமுடிந்தது. யுத்தம் இறுதிக்கட்டத்தை எட்டியபோது மே 15ம் திகதி இலங்கை

ராணுவத்தின் எறிகணை வீச்சில் நான் படுகாயமடைந்தேன். அன்று எங்களை ராணுவம் கைது செய்தது. எனக்குத் தகுந்த சிகிச்சை அளிக்காமல் ரகசியமான ராணுவச் சிறையில் வைத்திருந்து ஒரு கிழமைக்குப் பிறகு நான்காம் மாடிக்கு அழைத்துச்சென்று கடும் விசாரணை செய்தது.

எங்கள் மூலம் வெளியுலகத்துக்குச் சில உண்மைகள் தெரியவந்தன. அதனால் வெளிநாடுகளிடம் இருந்தும் மனிதநேய அமைப்புக்களிடம் இருந்தும் இலங்கை அரசாங்கத்துக்குப் பெரிய பிரச்னைகள் ஏற்பட்டன என்பதை அவர்களுடைய விசாரணைகளின் போக்கில் இருந்து அறிந்துகொள்ளமுடிந்தது.

அவப்பெயரில் இருந்து தங்களை விடுவித்துக்கொள்ள, 'நாங்கள் வன்னியில் இருந்தபோது சொன்ன செய்திகள் எல்லாம் பொய்' என்று எங்களைச் சொல்லுமாறு நிர்பந்தித்தனர். இதற்கு நாங்கள் உடன்படா விட்டால் நாங்கள் ஐந்து வருடங்களுக்கு மேல் சிறையில் இருக்க வேண்டிவரும் என்று அச்சுறுத்தப்பட்டோம்.

இதன் பின்னர் இலங்கை அரசு ஒரு செய்தியாளர் மாநாட்டை ஒழுங்கு செய்தது. நாங்கள் வன்னியில் சொன்னதெல்லாம் புலிகளின் அச்சுறுத்தலின் பெயரிலேயே சொன்னதாக நாங்கள் சொல்ல வைக்கப்பட்டோம்.

அரசு வைத்தியர்களான எங்களுக்கே இந்த நிலைமை என்றால் சாதாரண பொதுமக்களுக்கும் இலங்கை அரசப் படைகளிடம் சரணடைந்த விடுதலைப்புலிகளின் உறுப்பினர்களுக்கும் என்னென்ன கொடுமைகள் நடந்திருக்கும் என்பதை இலகுவில் புரிந்து கொள்ள முடியும்.

அந்த வகையில், ஒரு பத்திரிகையாளராக இவரின் மன அழுத்தம், உணர்வுகளை நான்காம் மாடி விசாரணையை அனுபவித்ததன் அடிப் படையில் என்னால் இலகுவாகப் புரிந்துக்கொள்ளமுடிகிறது. அரசின் விதிமுறையைத் தாண்டி எதுவுமே செய்யாத எங்களுக்கே சிறைத் தண்டனை கொடுத்த இலங்கை அரசாங்கம், எங்கள் மக்களின் நியாயத் தன்மையை, பேசமுடியாத நிலையை எப்படிக் கையாண்டது என்பதை என்னால் உணரமுடிந்தது.

இவ்வாறு பல்வேறு இடர்களையும் சவால்களையும் எதிர் நோக்கினாலும் ஈழத்தமிழர் பிரச்னைகளையும் அவர்களுடைய அவலங்களையும் வெளிக்கொண்டு வரும் இவருடைய ஆர்வத்தையும் துணிச்சலையும் நானும் அந்த நிலையிலிருந்து தப்பியவன் என்ற வகையில் பாராட்டியே ஆகவேண்டும்.

இளந்தலைமுறையினரிடையே இத்தகைய செயல்பாடுகள் வளர்ந்து வருவதைப் பார்க்கும்போது எதிர்காலம் பற்றிய ஆழ்ந்த நம்பிக்கை ஏற்படுகிறது.

வைத்திய கலாநிதி து.வரதராஜா

அமெரிக்கா

(இலங்கையில் 2009 போரின் இறுதிக்கட்ட நாள் வரையில் மருத்துவராகப் பணியாற்றிவர் வரதராஜன். இலங்கை அரசினால் கைது செய்யப்பட்டு கடுமையான அச்சுறுத்தல்களுக்கு உள்ளாக்கப்பட்டவர். விடுதலைக்கு பின்னர் அமெரிக்காவில் புகலிடம் பெற்று இலங்கை அரசு நடத்திய போரின் உண்மைகளை சர்வதேச அரங்கில் முன்வைத்து வருகிறார்.)

இங்கிலாந்து நாடாளுமன்ற வளாகத்தில்

நடக்கவிருந்த 'இலங்கையில் தமிழர் பிரதேசங்களில் இடம்பெறும் நில அபகரிப்பு தொடர்பான சர்வதேச மாநாட்டிற்கு (International Conference on State Grabs of Tamil Land in the Island of Sri Lanka)' 2014 ஜனவரி 30 லண்டனுக்கு பயணமானேன். துபாயில் வேறு விமானம் மாறிச்செல்ல வேண்டிருயிருந்தது. ஒவ்வொருவராக பரிசோதிக்கப்பட்டு வந்தனர். எனது பாஸ்போர்ட்டை விரித்த அதிகாரி மீண்டும் மீண்டும் திருப்பி திருப்பி பார்த்துவிட்டு, ஏன் இலங்கையி லிருந்து வெளியேற்றப்பட்டிருக்கிறீர்கள் என்றார். அதற்கான ஆவணங் களையும் கலந்துகொள்ளப்போகும் மாநாட்டு விவரங்களையும் காட்டினேன். சற்று யோசித்தவர், சரி நீங்கள் போகலாம் என்றார்.

லண்டனை அடைந்துவிட்டேன். குடிவரவுத்துறையின் அனுமதி முத்திரைக்காக வரிசையில் நின்றுகொண்டிருந்தேன். எனது முறை வந்தது. பாஸ்போர்ட்டை புரட்டிய அதிகாரி உங்களை இப்போது அனுமதிக்க முடியாது என்றார். நான் ஆவணங்களை காட்டினேன். இல்லை அனுமதிக்க முடியாது, காத்திருங்கள் என்றார். என்னுடன் விமானத்தில் வந்த பெரும்பாலான பயணிகள் அந்நாட்டிற்குள் செல்ல அனுமதிக்கப்பட்டனர்.

2013 டிசம்பர் 25. இலங்கை ராணுவத்தினரால் கைது செய்யப்பட்ட நான், டிசம்பர் 28 அந்நாட்டைவிட்டு வெளியேற்றப்பட்டிருந்தேன்.

டிசம்பர் 25, மதியம் 12 மணி.

திடீரென நானிருந்த இடமே மிரட்சி வயப்பட்டது.

கரும் பச்சை பெஜ்ரோ அதிவேகத்தில் நெருங்க மண் புழுதி கிளம்பியது. அந்தப் புழுதி அடங்குவதற்குள் வலது புறமெடுத்த பெஜ்ரோவிலிருந்து திபுதிபுவென்று குதித்தனர் ஆயுத சிப்பாய்கள். அதற்கிடையில் அதிவேகமாக மற்றொரு ஜீப்.

இரு சிப்பாய்கள் என்னைத் துப்பாக்கி முனையில் இறுகப்பற்றினர். சுற்றிலும் முப்பதிற்கும் மேற்பட்ட ராணுவச் சிப்பாய்கள். வலது கையை ஒரு சிப்பாய் முறுக்கியபொழுது, இடதுகையை பின்னுக்கு தள்ளி பற்றினார் மற்றொரு சிப்பாய். துப்பாக்கியின் குண்டு

வெளிப்படும் துளை எனது வயிற்றின் வலது புறத்தில் இடித்துக் கொண்டிருந்தது.

முரட்டுத்தனமாக கையை முறுக்கிப் பிடித்த சிப்பாய்களுக்கோ எதிரில் பார்த்து கொண்டிருந்த அதிகாரிகளுக்கோ நான் பேசிய எந்த வார்த்தைகளும் கேட்கவில்லை. இறுகப் பிடித்திருந்த சிப்பாய்கள் என்னை முன்னுக்கும் பின்னுக்குமாகத் தள்ளிக்கொண்டிருந்தனர். கால்களைவிட அவர்களுடைய கைகளே எனது உடலினைத் தாங்கி நின்றது.

மற்றொரு ஜீப்பிலிருந்து ஓடிவந்த சிப்பாய்கள் கையோங்கியபடி தாக்க வரும்பொழுது ராணுவ அதிகாரி கேமராவை பிடுங்கினார். பெயர், பேட்ஜ் அற்ற ராணுவ உடையில் நெருங்கினார் ஓர் அதிகாரி. வயர்லெஸ் லேண்ட்லைனுடன் நெருங்கினார் டிராக்சூட்டில் இன்னொரு அதிகாரி.

எனக்கருகில் நின்ற பிரதேச சபை உறுப்பினரின் பேண்ட் பாக்கெட்டில் இருந்த டிஜிட்டல் கேமராவை அவர்களே எடுத்துக் கொண்டனர்.

ஒரு பயங்கரவாதியைப் போல் சித்திரிக்கப்பட்ட நிலையில் சுற்றி வளைக்கப்பட்டிருந்தேன். வயர்லெஸ் வழியே தகவல் கொடுத்தனர்.

'ஆயுதமற்ற என்னை ஓர் ஆயுததாரி போல் நடத்துவது எந்த வகையிலும் முறை கிடையாது. நான் பேசுவதற்கு முதலில் இடமளியுங்கள்' என்ற போது மேலும் இறுக்கப்பட்டேன். சலசலப் பாலும் கூச்சலாலும் மிரட்டும் பார்வைகளாலும் அவ்விடத்தில் பெரும் பதற்றமே பிறந்தது.

டிசம்பர் 25, கிறிஸ்துமஸ் நாள்.

பாதிரியார் ஒருவரைச் சந்திக்க சென்று கொண்டிருந்தோம். புத்தாண்டை வரவேற்க ஆங்காங்கே மைதானங்களை வலிந்து கைப்பற்றி விளையாட்டு போட்டிகளுக்கான ஏற்பாடுகளை ராணுவத்தினர் செய்துகொண்டிருந்தனர்.

வேராவில், கிராஞ்சி, வலைப்பாடு கிராமங்களில் வசிக்கக்கூடிய சுமார் 50 தமிழ்ப் பெண்களுக்கு இலங்கை சுகாதாரத்துறை ஒரு மாதத்துக்கு முன்பு கட்டாய கருத்தடை செய்துள்ளது. அந்தக் கிராமங்களில் பயணித்தோம். Progestogen-only Subdermal Implants (POSDI) என்ற முறையில் கருத்தடை நடந்துள்ளது. அதே சமயம் பாதுகாப்புப் படையினருக்கு பிறக்கக்கூடிய மூன்றாவது குழந்தைக்கு இன்றும் இலங்கையின் வரவு-செலவில் ஒதுக்கீடு வழங்கப்படுகிறது.

வழி நெடுகும் ராணுவப் புலனாய்வுப் பிரிவின் பார்வைகள் நோட்டமிட்டுக் கொண்டிருந்தன. தமிழ் மக்களுடைய விவசாய நிலங்களில் ராணுவச் சிப்பாய்களின் வேளாண்மை நடந்து கொண்டிருந்தது. அறுவடை செய்யப்பட்ட நெல்லினை மொத்த மாகப் பெறுவதற்கான விளம்பரங்களை அந்த நிலத்தின் வேலிகள் தாங்கியிருக்கின்றன.

இடையில் மக்கள் சந்திப்புக் கூட்டம் ஒன்று. அதில் பங்கு கொள்ளாமல் நாங்கள் பயணித்த வாகனத்தின் அருகாமையிலேயே நின்றுக் கொண்டிருந்தேன். டிராக்டரில் கடற்படையினர் சென்றுகொண்டிருந் தனர். சைக்கிள் ரோந்து சென்ற ராணுவத்தினரையும் பார்க்கமுடிந்தது.

கூட்டம் முடிந்த பின் பாதிரியார் வீட்டுக்குக் கிளம்பினோம். சைக்கிள் ரோந்து சென்ற ராணுவத்தினரை வழியில் காண முடிந்தது. இருபுறம் தண்ணீர் சூழ்ந்திருக்க நடுவே செம்மணல் பாதை. அந்தப் பாதையில் ராணுவத்தினரைக் கடந்துச் சென்றோம். வேனின் பக்கவாட்டுக் கண்ணாடியில் புலப்பட்ட ராணுவ உருவங்கள் எங்கள் பார்வை யிலிருந்து சில மீட்டர்களில் மங்கிப்போனது.

பாதிரியாரின் வீட்டை அடைந்தோம். அவரது வீட்டின் பின்புறத்திலே கடற்கரை. பாராளுமன்ற உறுப்பினரும் பிரதேச சபை உறுப்பினரும் பாதிரியாருடனான சந்திப்பில் இருக்க, மற்றொரு பிரதேச சபை உறுப்பினரும் நானும் கடற்கரைக்குச் சென்றோம். இந்தியப் பெருங்கடலோர கடற்கரையான அங்கு மீன்பிடி படகுகளும் இருந்தன. சில படங்கள் எடுத்துக்கொண்டேன்.

சைக்கிள் ரோந்து சென்ற ராணுவச் சிப்பாய்கள் அந்தக் கடற்கரையின் நிழல் கவ்விய மணல் திட்டில் சாய்ந்திருந்தனர். ரோந்து வந்துள்ளார் கள் என்பதைத் தவிர அவ்விடத்தில் எந்தவித ராணுவ இருப்பு களையும் காணமுடியவில்லை. ராணுவ ரோந்து சைக்கிள்கள் நகரத் தொடங்கின.

அவர்கள் கடந்து ஐந்து நிமிடங்கள் இருக்கக்கூடும். நாங்கள் வீட்டை நோக்கி நடந்து வந்துகொண்டிருந்த போதே ராணுவத்தினரால் சுற்றிவளைக்கப்பட்டு இப்போது பாதிரியார் வீட்டருகில் தடுத்து வைக்கப்பட்டிருக்கிறோம்.

பதற்றம் பிறந்த இடத்தில் எழுந்த கூச்சல் பாதிரியாரின் வீட்டுக்கும் கேட்டிருக்கும். பாராளுமன்ற உறுப்பினர் ராணுவத்தினை நோக்கி வந்து கொண்டிருந்தார். அவருடைய உதவியாளர் ஒருவர் நான் வைக்கப்பட்டிருக்கும் நிலையை படம் பிடிக்க முயன்ற போது சிப்பாய்களால் பின்புறமாக இழுத்துச் செல்லப்பட்டேன். ஒரு சிப்பாய்

அவருடைய கேமராவை பறிக்கவும் தாக்கவும் ஓடினார். எம்.பி.யின் கேமரா என அவர் காரின் ஓரம் ஒதுங்க நான் வைக்கப்பட்டிருக்கும் நிலை பதிவாவதிலிருந்து தடுக்கப்பட்டது.

20 நிமிடங்கள் கடந்தும் சிப்பாய்கள் பிடித்த பிடியின் இறுக்கம் சற்றும் தளரவில்லை. கைகள் பின்னுக்கு முறுக்கப்பட்ட நிலையிலேயே வைக்கப்பட்டிருந்தேன். ராணுவ முகாம்களையும் கடற்கரையில் ரோந்து வந்த சிப்பாய்களையும் இவர் படம் பிடித்ததை எங்கள் சிப்பாய்கள் பார்த்துள்ளனர். அதனால் இவரைக் கைது செய்ய வேண்டும் என்று எம்பியிடம் கூறினார் ராணுவ அதிகாரி.

கேமராவைப் பறித்த பின் அவரை ஏன் இப்படி வைத்திருக்க வேண்டும்? சற்று விடுங்கள், பேசிக்கொண்டிருக்கிறோம் அல்லவா என்றார் எம்.பி. மீண்டும் மீண்டும் அவர் சொன்னார். வாக்குவாதங்கள் முற்றும் நிலையில் பிடி சற்று விலகியது. ஆனால் என்னைக் கைது செய்வதிலேயே தொடர்ந்து தீவிரம் காட்டி வந்தனர்.

எம்.பி. ராணுவ அதிகாரியிடம் பேசினார்.

இனி எது வேண்டுமென்றாலும் ராணுவத் தளபதியிடம் பேசிக் கொள்ளுங்கள், அவரிடம் தகவல் கொடுத்தாகிவிட்டது. அவர் வருவார். அவரின் கட்டளைப் படியே இது நடைப்பெற்றுள்ளது என்றார் அந்த அதிகாரி.

வந்திருந்த சிப்பாய்களும் அதிகாரிகளும் ராணுவத் தளபதிக்காகக் காத்துக்கொண்டிருந்தனர். கேமரா ராணுவ அதிகாரியின் வசம் இருந்தது. பாதிரியாரின் வீட்டுக்கு அருகில் காத்திருந்தோம்.

சுற்றிவளைக்க ஆணையிட்டிருந்த ராணுவத் தளபதியின் ஜீப் மின்னல் வேகத்தில் வந்து நின்றது.

பழுப்புநிற தோலினால் சுற்றப்பட்டிருந்த கம்புடன் விரைப்பாக இறங்கினார் தளபதி. அவர் பூநகரியின் கட்டளை தளபதி ஜெயக்கொடி என்பதை பிறகு அறிந்துகொண்டேன். போரின் பின்னர் பல அதிபயங்கரமான விசாரணைகளை மக்கள் மேல் அவர் நடத்தியதாகச் சொல்லப்படுகின்றது.

ஆறடிக்கும் மிகுந்த உயரம். கறுமை நிறம். பாராளுமன்ற உறுப்பினரிடம் அறிமுகப்படுத்திக்கொண்டு அமர்ந்தார். பாதிரியாரைப் பார்த்துச் சொன்னார். இது உங்களுக்கு தவறு எனப்படவில்லையா? இந்த நபரைக் கைது செய்துதான் ஆக வேண்டும். எங்களுக்குச் சந்தேகம் உள்ளது என்றார்.

எனது நிலைமையை விளக்க முற்பட்டேன். அதற்கு இடம் அளிக்கப் படவில்லை. 'பயங்கரவாத எண்ணத்தின் வெளிப்பாடாகவே இந்தப் புகைப்படங்கள் தோன்றுகின்றன' என்றார் பாராளுமன்ற உறுப் பினரிடம். ஆனால் அப்போது அவர்கள் கேமராவைப் பரிசோதித்திருக்க வில்லை. என்ன புகைப்படங்கள் உள்ளன என்றும் பார்க்கவில்லை.

'நான் உங்களிடம் மறைத்தபடி எந்தப் புகைப்படங்களையும் எடுக்க வில்லையே? நேரடியாகத்தானே எடுத்தோம். பயங்கரவாத நோக்கம் உள்ளவர்கள் நேரடியாக எப்படிச் செய்வார்கள்?' என்றேன்.

என்மீது பார்வையை வீசிய அத்தளபதி பாராளுமன்ற உறுப்பினரைப் பார்த்து, 'நாங்கள் உங்களுக்குக் கொடுத்த சுதந்திரத்தைத் தவறாகப் பயன்படுத்துகிறீர்கள்' என்றார். என்னைக் கைது செய்ய வேண்டும் என்ற முடிவிலிருந்து அவர் மாறிதாகத் தெரியவில்லை.

பாராளுமன்ற உறுப்பினர் உடனிருப்பதால் சட்டத்தைப் பின்பற்றுவ தாக அடையாளப்படுத்திக்கொள்ள வேண்டிய தேவை ராணுவத்துக்கு இருந்தது. 'போலீசைக் கைது செய்ய அழைத்திருக்கிறோம். அவர்கள் உங்களைக் கைது செய்வார்கள்' என்றார் அந்தத் தளபதி.

போலீஸ் வந்ததும் எந்தக் கேள்விகளுமின்றி ராணுவத்தின் குற்றச்சாட்டின் பெயரில் கைது செய்கிறோம் என எனக்கு கைவிலங்கு போட்டார்கள். அத்தளபதி வந்த ஜீப் தயாராக நின்று கொண்டிருந்தது.

நான் காவல்துறையின் டெம்போவிலும் மற்றவர்கள் நாங்கள் முன்பு வந்திருந்த வாகனத்திலும் ஜெயபுரம் காவல் நிலையத்தை நோக்கி அழைத்துச் செல்லப்பட்டோம். எனது கேமரா ராணுவ பெஜ்ரோவில் கொண்டு வரப்பட்டது.

எங்களுக்கு முன்பும் பின்பும் ராணுவ வாகனங்கள் வந்து கொண்டிருந்தன. பூநகரி கட்டளை தளபதி ஜெயக்கொடியின் ஜீப் காவல்துறை டெம்போவுக்கு முன் சென்று கொண்டிருந்தது.

செம்மண் பாதையும் வெண்மையான மணலுமுடைய வெட்டவெளி பிரதேசத்தின் வழியே வாகனங்கள் வரிசைக்கட்டி சென்று கொண்டிருந்தன.

டிசம்பர் 21, 2013. இது இலங்கைக்கான எனது இரண்டாவது பயணம்.

கொழும்பு விமான நிலையம் மாநாட்டின் தோரணங்களாலும் அலங்காரங்களாலும் நிரம்பியிருந்தது. இலங்கை ஜனாதிபதி மகிந்த ராஜபக்ஷே பல வெளிநாட்டு ஜனாதிபதிகள் பிரதமர்களோடு கைக்குலுக்கும் படங்களோடு கொழும்பை நோக்கிய அதிவேக வீதி புதுப்பொலிவுடன் காட்சியளித்தது.

கொழும்பில் காமன்வெல்த் மாநாடு நடந்து இரு வாரங்கள் நகர்ந்திருந்தன. போர் வெற்றியின் தலைவனாக மகிந்த ராஜபக்சே முடிசூட்டப்பட்டு நான்கு ஆண்டுகள் கழிந்திருந்தன. நான் கொல்லப் படுவேன் எனச் சொல்லியிருந்த லசந்த விக்கிரமதுங்கே கொல்லப் பட்ட ஐந்தாம் ஆண்டு நிறைவடைய இருந்தது. ரசாயன ஆயுதங்கள் பற்றிப் பேசிய பிரகீத் எக்னலிகொட கடத்தப்பட்டு நான்கு ஆண்டுகள் கடக்க சில நாட்கள் இருந்தன. பாராளுமன்ற வளாகத்திலேயே தராக்கி சிவராமின் உடல் வீசப்பட்டு எட்டு ஆண்டுகள் முழுமை யடைந்திருந்தன. மூவருமே இலங்கையில் தாங்கள் செய்த ஊடகப் பணிக்காக கடத்தப்பட்டவர்கள் அல்லது கொல்லப்பட்டவர்கள். இவ்வாறு ஆபத்துகளின் வழி நிறைந்த வாழ்வினைக் கொண்டிருக்கிறது இலங்கை ஊடகச்சுதந்தரம்.

எதிர்ப்புகளுக்கிடையில் பிப்ரவரி 2013 திருப்பதி கோயிலுக்கு வருகை தந்திருந்தார் இலங்கை ஜனாதிபதி ராஜபக்ஷே. அப்போது பத்திரிகை யாளர்களிடையே உரையாடிய அவர், தன்னுடைய நாட்டின் நிலைமை களை அறிய எவரும் சுதந்திரமாக வந்து உண்மையை அறிந்துக் கொள்ளலாம் என்று அழைப்பு விடுத்திருந்தார்.

போரின் படுகொலைகளை ஆவணப்படுத்தியதற்காக இலங்கை அரசால் புறக்கணிக்கப்பட்ட சேனல் 4 தொலைக்காட்சி காமன்வெல்த் மாநாட்டை ஒட்டி அனுமதிக்கப்பட்டிருந்தது. இந்த மாநாடு பல வெளிநாட்டு பத்திரிகையாளர்களுக்கு இலங்கைக்குள் வருவதற்கான பிரத்தியேக அனுமதியை கொடுத்திருந்தது.

இருந்தபோதிலும் முல்லைத் தீவில் புலிகளிடமிருந்து கைப்பற்றப் பட்ட படகுகள் காட்சிப்படுத்தப்பட்டிருப்பதை கேமராவில் பதிவு செய்ய ஏ.எப்.பி. Agence France-Presse பத்திரிகையாளர்களை ராணுவம் அனுமதிக்கவில்லை.

'இவற்றை பார்ப்பதற்கு மட்டுமே அனுமதிக்கப்பட்டுள்ளது, பத்திரிகையாளர்கள் புகைப்படம் எடுக்கவோ காட்சிப்படுத்தவோ அனுமதிக்கக்கூடாது என்று எங்களுக்குச் சொல்லப்பட்டுள்ளது' என ராணுவ அதிகாரி ஏஎப்பி பத்திரிகையாளர்களிடம் தெரிவித்திருக்கிறார். ஆனால் கொழும்பில் உள்ள ராணுவத் தலைமைப் பேச்சாளர் பிரிகேடியர் ருவன் வணிகசூரிய, வெளிநாட்டுப் பத்திரிகையாளர் களுக்கு அப்படி எந்தத் தடையும் விதிக்கப்படவில்லை எனக் கூறினார்.

'காமன்வெல்த் நாடுகளின் முக்கியமான கொள்கைகளையும் கோட்பாடுகளையும் நிலைநிறுத்துவதில் இலங்கை அரசு தோல்வி அடைந்திருக்கிறது. அரசியல் தலைவர்கள், பத்திரிகையாளர்கள்

மிரட்டலுக்கு உள்ளாக்கப்படுதல்; சிறைப்படுத்தப்படுதல், சிறுபான்மையினருக்கான அச்சுறுத்தல், காணாமல் போகக்கூடிய சம்பவங்கள், சட்டத்துக்குப் புறம்பான கொலைகள் போன்றவை தொடர்ந்துகொண்டிருக்கும் நிலை கனடாவைக் கலக்கம் அடையச் செய்துள்ளது' எனக் கூறி கனடிய பிரதமர் ஸ்டீபன் ஹார்பர் (Stephen Harpher) காமன்வெல்த் மாநாட்டைப் புறக்கணித்திருந்தார். மொரிஷியஸ் பிரதமர் நவின் சந்திர ராம்கூலமும் (Navin Chandra Ramgoolam) மனித உரிமை காரணங்களுக்காக மாநாட்டினை புறக்கணித்தார்.

'தமிழக மக்களின் ஒருமித்த கருத்துக்கும், உணர்வுகளுக்கும் மதிப்பளித்து இந்த ஆண்டு நவம்பர் மாதம் இலங்கை நாட்டில் நடைபெறவிருக்கும் காமன்வெல்த் மாநாட்டை இந்தியா முற்றிலு மாகப் புறக்கணிக்க வேண்டும். பெயரளவுக்குக்கூட இந்திய நாட்டின் சார்பாக பிரதிநிதிகள் யாரும் அந்த மாநாட்டில் கலந்து கொள்ளக் கூடாது. இதுகுறித்த இந்தியாவின் முடிவை உடனடியாக இலங்கை நாட்டுக்குத் தெரியப்படுத்த வேண்டும்' எனத் தீர்மானம் நிறை வேற்றியது தமிழக சட்டசபை. தமிழக அரசியல் கட்சிகளும் இம்மாநாட்டுக்கு பிரதமர் மன்மோகன் சிங் செல்லக்கூடாது என அழுத்தம் கொடுத்தன. நடைபெறவிருந்த நாடாளுமன்றத் தேர்தலும் காங்கிரஸ் கட்சிக்கு அழுத்தம் நிறைந்ததாக இருந்தது.

இதையடுத்து இந்தியப் பிரதமர் மன்மோகன் சிங் மாநாட்டினைப் புறக்கணித்தார். இந்திய வெளியுறவுத் துறை அமைச்சர் சல்மான் குர்ஷித் பங்கேற்பார் என இந்திய வெளியுறவுத்துறை தெரிவித்தது.

ராஜபக்ஷே சொன்ன மிளரும் நிலத்தை நோக்கி சென்றுக் கொண்டிருந்தேன். ஓமந்தையில் முன்பிருந்த சோதனைச் சாவடி அப்படியே இருந்தது. ஆனையிறவில் புதிய சோதனைச் சாவடி முளைத்திருந்தது. யாழ்ப்பாணத்தை அடைய இரவின் இருளும் நெருங்கியது.

மாறாத சோகங்கள் - ஆறாத வடுக்கள் - இனவெறியின் தழும்புகள் - நில அபகரிப்புகள்- ராணுவமயமாக்கல் - சிங்களமயமாக்கல் என அனைத்துக்கும் முகம் கொடுத்திருக்கிறது ஈழச் சமூகம்.

செப்டெம்பர் 2013 வட மாகாண சபைக்கான தேர்தல் நடந்து முடிந்து இலங்கையின் முன்னாள் உச்ச நீதிமன்ற நீதிபதி சி.வி.விக்னேஸ்வரன் முதலமைச்சர் ஆனார். ஆனால் இன்று வரை இலங்கை அரசியலமைப்பின்படி மாகாண சபைக்கு உறுதி செய்யப்பட்ட காவல்துறை மற்றும் காணி உரிமை வழங்கப்படவில்லை.

கிளிநொச்சிக்கு வந்திருக்கிறேன். இலங்கையில் தனி சொத்துரிமை யாக இருக்கும் நிலம், தமிழர்களுக்குச் சொந்தமானது என்றால் பாதுகாப்பின் பெயரில் எளிதாக ராணுவமயப்படுத்துகிறது.

ராணுவமயமாக்கலால் நிலத்தை இழந்த ஒருவரை சந்தித்து பேசினேன். அவர் கிளிநொச்சியிலேயே பிறந்து வளர்ந்து போரை எதிர்கொண்டு மெனிக் ஃபார்ம் வதைமுகாம் வரை சென்று தன் சொந்த ஊருக்கு மீண்டும் திரும்பியிருக்கிறார். ஊர் திரும்பினாலும் சொந்த நிலத்தில் கால் வைக்க முடியாத நிலை அவருக்கு.

'மெனிக் ஃபார்மிலிருந்து மீள்குடியேற்றம்னு சொல்லி கிளிநொச்சியில இறக்கிவிட்டு, பள்ளிக்கூடத்துல எங்கட இடங்கள், முகவரிலாம் பதிஞ்சு மீள்குடியேற்றம்னு சொன்னாங்கள். அப்பறம் எங்கட காணிக்குள்ள போவோம்னு போக எங்கள ராணுவம் உள்ளுக்க வர விடயில்ல, நாங்க உங்களுக்கு பிறகு சொல்லுவம் வேறு எங்காவது போய் தங்கியிருங்கனது ராணுவம். பள்ளிக்கூடத்துல கொஞ்ச நாள் இருந்தம். பள்ளிக்கூடம் ஆரம்பிக்கப்பட்டபடியா, அந்த பள்ளிக் கூடத்த பிள்ளைகளுக்கு படிக்கறதுக்கு கொடுக்கோணும் என்பதற்காக அத கொடுத்துப்போட்டு தெரிஞ்ச ஆட்கள்ட வீடுகள்ல போய் இருந்தம். தொடர்ந்து ராணுவத்துக்கு நெருக்குதல்ல கொடுத்துக் கொண்டு இருந்தம் எங்க இடத்த தாங்கோ தாங்கோன்னு.

கடைசியா என்ன ஒரு நாள் தனிப்பட்ட முறையில்ல கூப்பிட்டு ஒரு ராணுவ அதிகாரி கேட்டார், இத யார்ட காணின்னு?

நான் சொன்னன் என்னோட காணிதான். இதலதான் இருந்தனான்னு சொல்ல, பக்கத்து இருக்க காணிலாம் யார்டன அவர் கேட்க எல்லாம் எங்க சொந்தக்காரர்ட்ட காணி தான்னு சொல்ல, அப்ப பக்கத்து வீட்ட காட்டி கேட்டார் நீங்க அதுல இருக்கலாம் தானேன்னு?

நான் சொன்னேன் பக்கத்துல வீட்ல இருக்கிற நேரம் என்னோட காணிலே இருக்கலாம் தானே சார்ன்னு?

இல்ல இல்ல அது இப்ப தர இயலாது. காணி விக்கிறதண்ட ஒரு விலைய சொல்லுங்கோன்னு கேட்டார்.

நான் காணி விக்கையிலன்னு எண்டேன்.

அப்போ காணிக்கு ஈடாக வேறு ஒரு எடத்துல காணி கேளுங்க என்றார்.

எங்கட இடம் வந்து ஒரு பிரபலயமான்ன இடம். அப்ப நான் சொன்னன் இதுக்கு சமம்மான காணி தாறதா இருந்தா வெள்ளவெத்தையல

(கொழும்பில் தமிழர் வாழும் பகுதி) தாங்கோ அப்படியில்லாட்டி கிளிநொச்சி டிப்போ சந்தியில காணி தாங்கோன்னேன்.

இல்ல இல்ல அங்கையிலாம் தர இயலாது நீ இங்க தான் சொல்லோணும் என்றார்.

அப்ப நான் இங்க சொல்றதுக்கு வேற இடம் இல்ல, எனக்கு இதான் வேணும் சார்ன்னு சொன்னேன்.

அப்ப காணி தற்றாட்டி என்ன செய்வீங்க என்றார்.

காணி நீங்க தற்றாட்டி நான் கோர்ட்டுக்குதான் போகணும் என்டேன்.

கோர்ட்ஸ்லாம் எங்கட கோர்ட்ஸ் தான், அங்க போய் ஒண்டும் செய்ய இயலாது என்றார்.

நான் கை எடுத்து கும்பிட்டு, ஐயா நீங்களே இந்தக் காணி வெச்சிக்கோங்கன்னு சொல்லிட்டு வெளிக்கிட்டுட்டன். எங்கட இடத்த எங்ககிட்ட தந்துட்ட நாங்க நிம்மதியா இருக்கலாம். சொந்த நாட்டுல சொந்த கிராமத்துல இன்றைக்கு வீடுகள் இல்லாம அகதி வாழ்க்க வாழ்ந்து கொண்டிருக்கோம், சொந்த ஊர்லே அகதியாக்கப் பட்டு இருக்கிறோம். என்னுடைய வீட்ல இருந்து கால் மைலுக்கு பக்கத்துல ஒரு வீட்டுக்கு வாடகை கொடுத்து இருக்கறம். சொந்த வீட்ல யாரோ இருக்கிணம் நாங்க வாடகை கொடுத்து இருக்கம். இது எனக்கு மாத்திரமல்ல, என்ன போல எத்தனையோ குடும்பங்கள் இருக்கிணம். எங்கட காணி கிடைக்குமான்னு ஐயப்பாட்டுல தான் வாழ்ந்து கொண்டிருக்கம்' என்ற அந்த கிளிநொச்சிவாசி தன்னுடைய நிலப்பத்திரங்களை எடுத்து புரட்டிக் காட்டினார்.

முள்ளிவாய்க்கலுக்கு பயணமானேன். குண்டுகள் உண்டாக்கிய தழும்புகள் இன்னும் கூட இந்நிலத்தில் உள்ள சுவர்களில் ஆற வில்லை. மரணங்களை மட்டுமல்ல வடுக்களையும் சுமந்திருக்கிறது இம்மண்.

அப்படியான நந்திக்கடலின் ஓரம் இலங்கை ராணுவத்தின் போர் அருங்காட்சியகம் இருக்கிறது. சிங்களவர்களையும் வெளிநாட்டவர் களையும் அழைக்கிறது. போர் இப்பொழுது சுற்றுலாவாகிருக்கிறது.

சுற்றிலும் ராணுவ இருப்பு கொண்ட இடத்தில் அனுமதிக்கப்பட்ட அந்தப் போர் சுற்றுலா நடவடிக்கையின் அங்கமாக இருந்த போர் படகுகளைக் கண்டுகொண்டிருந்தேன். அக்கடலோர மண்ணின் பிசுபிசுப்பான ஈரத்தால் எனது ஷூவில் ஒட்டிய மணல் துள்ளி குதித்து வீழ்ந்தது.

அங்கிருந்த அருங்காட்சியகத்தை விளக்க மூன்று சிப்பாய்கள் நின்றுக் கொண்டிருந்தனர். நண்பரும் நானும் அவற்றை விளக்கக் கேட்டோம்.

நாங்கள் : 'தமிழ் தெரியுமா ?'

ராணுவச் சிப்பாய் : 'தெரியும். கொஞ்சம் கொஞ்சம் தெரியும்'.

'தமிழ் தெரியறதால, எல்லாத்தையும் சமாளிக்க எளிதா இருக்குமில்ல'.

'ஆமாம், ஆமாம்.' ராணுவச் சிப்பாயின் முகத்தில் சிரிப்பு உதிர்ந்தது.

'என்ன நினைக்கிறீங்க இப்போ ?'

'எங்களுக்கு நல்லம்(நன்மை), உங்களுக்கு எப்படி?'

'ஹ்ம். நல்லம்தான்'.

'அப்படினா எங்களுக்கு ரொம்ப நல்லம் தான்' என்றவர் காட்சிப் படுத்தப்பட்டிருந்த ஆயுதங்களின் தன்மையைச் சொல்லிக்கொண்டு வந்தார்.

சிப்பாய்: 'இது ரசாயன குண்டு. இந்தக் குண்டுக்குள்ள முழுசா கெமிக்கல் இருக்கும். குண்ட அடிச்சா ஒரு கிலோ மீட்டர் தூரத்துக்குப் பரவும். உடம்புலாம் துண்டு துண்டா போயிடும்'.

அடுத்ததாக செல் குண்டுகளைக் காட்டியவர் 'ஏ ! இது பாக்கறதுக்கு தான் சாதாரணமாக இருக்கும். வெடிச்சா துண்டு துண்டு போய் விழும்.'

'நீங்கள் இறுதிக்கட்ட போரில் பங்கு கொண்டீர்களா ?'

'ஆமாம். நான் இருந்தேன்.'

'இறுதிக்கட்ட நேரம் எப்படி இருந்தது?'

'நாங்கள் கடல் பக்கமாக இருந்துதான் வந்தோம்.'

'அந்த நேரத்தில் அங்கு என்ன கண்டீங்க?'

'போர் நேரம் தானே. கடுமையான சண்டை நடந்து கொண்டிருந்தது.'

'சனங்களும் இயக்கமும் அங்கு செத்துக் கிடந்ததா ?'

'ஆமாம். நான் பார்த்தேன். நெறைய பேர் செத்துக் கிடந்தனர்.'

கைத்துப்பாக்கிகளையும் உயர்ரகத் துப்பாக்கிகளையும் காட்டிய சிப்பாய், இவை புலிகள் தயாரித்தவை என்றார்.

கிபீர் குண்டுகளும் காட்சிப்படுத்தப்பட்டிருந்தன.

நான்: 'இது புலிகளால் பயன்படுத்தப்பட்டதா?'

'இல்ல. இல்ல. இந்த மாதிரி ஆயுதங்கள் எங்கள் ராணுவத்தால்தான் பயன்படுத்தப்பட்டது.'

'உங்கட ஆர்மியா ?'

'ஓ! இது கீழ வந்து பட்டா தான் வெடிக்கும். இது எங்களால் மட்டும் தான் பயன்படுத்தப்பட்டது. இது முழுக்க குண்டுகள் இருக்கும்.'

'எவ்வளவு தூரம் இது அழிக்கும்?'

'இதுல இருக்கிற குண்டுகள் எல்லாமே வெடிக்கும். ஒரு கிலோ மீட்டர் தூரம் தாக்கும்.'

'ஒரு கிலோ மீட்டரா ?'

'ஓ !'

'ஒரு நாளைக்கு எவ்வளவு பேர் வருவார்கள்?'

'நெறைய பேர் வருவாங்க.'

'ஆயிரம் பேரு வருவாங்களா ?'

'ஓ ! அவ்வளவு பேர் வருவாங்க...'

போர் அருங்காட்சியகத்திலிருந்து வெளியே வந்தோம். வெற்றி பெருமித சின்னங்களுக்கு எதிரே சிறுசிறு திண்பண்டங்களைச் சாலை யோரத்தில் ஒருவர் விற்றுக்கொண்டிருந்தார். அவருக்கு இருகால்களும் இல்லை.

கால்களை எப்படி இழந்தீர்கள் என்றோம். போரில்தான் என்றார்.

'எங்க நடந்தது இந்தப் பிரச்னை?'

'புதுமாத்தளன் தாக்குதலில்'

'உங்களுக்கு இரண்டு காலும் போனப்ப யாரு வந்து தூக்கினது?'

'எண்ட பிள்ள வந்து தூக்கிக் கொண்டு போனது.'

'யார் அடிச்ச குண்டுல?'

'ஆமிக்காரன் அடிச்சதுல'

'அப்போ இயக்கம் இருந்த நேரமா?'

'ஓ! இயக்கம் இருந்தது.'

கனத்த எண்ணங்களுடன் அவருக்கு நன்றி சொல்லிவிட்டு விலகினோம்.

முல்லைத்தீவை நோக்கி பைக்கை செலுத்தினோம்.

வட்டுவாகலுக்கு முன்னதாக முதியவர் ஒருவர் சாலையோரம் இருந்த சிதைந்த வீட்டின் முன் நின்றுகொண்டிருந்தார்.

'நீங்க முத இருக்கையிலே என்ன மாதிரி இருந்தது?'

'சனம் அவ்வளவும் இங்க இருந்தது.'

'அப்ப கடைசியா இங்க நடந்த சண்டையில சனங்கள் சாகலயா?'

'அம்மாடி ஏன் இல்ல. எனக்கே பத்து சகோதரனுங்கள் செத்தது.'

'எனக்கு செல் கையில் ஏறி எடுக்க இயலாம போயிடுச்சு...ஆறு மாதம் ஒற்றைக் கையாலதான் இருந்தன்.'

'யாரடிச்ச செல்லுல?'

'ஆமிண்ட செல்லுல. செல்லு தேவிப்புரத்துக்கு பாய்ஞ்சது, கடும் முள்ளிவாய்க்கால் சண்டையில செல் அடிக்க சனம் எல்லாம் கிளிநொச்சி பக்கம் ஓடுனது.'

'பின்ன கிளிநொச்சியில ஆமி வற்றுதாமிங்க..அப்படியே சனம் இப்படி திரும்பி ஓடுனது, கடைசியா இங்க தான் வட்டுவாகல்ல சண்ட முடிஞ்சது.'

'உங்களுக்கே பத்து சகோதரர்கள் எண்டால் கிட்டத்தட்ட எத்தன சனம் செத்திருக்கும். அரசு, இயக்கம் தான் செத்தது எண்டு சொல்லுதே?'

'செத்தது பொதுசனம், எல்லா அப்பாவி பொதுசனம்தான்.'

'எத்தன சனம் செத்திருக்கும்னு நினைக்கிறீங்க?'

'பத்து லட்சம் சனத்துல ஒன்றரை லட்சம் சனத்த இல்லைன்னு நினைக்கிறம்.'

நந்திக்கடலிலிருந்து வட்டுவாகலை நோக்கிய வழியில் கடற் படையினர் வேலி அடித்துக் கொண்டிருந்தனர். தலையிழந்த பனை மரங்களுக்கு நிகராய் கண்காணிப்பு கோபுரங்களும் அமைந்திருந்தன.

திடீரென ஓர் அதிர்வு. ஆயுதம் தாங்கிய சிப்பாயும் வாக்கி-டாக்கி கொண்டிருந்தவரும் சாலையிலேயே நின்றுகொண்டு கையசைத்தனர்.

50 மீட்டர் தொலைவிலேயே அதைக் கண்டுவிட்டோம். அவர்களின் கால்கள் கொஞ்சம் கொஞ்சம் சாலையின் நடுப்புறம் வரைக்கும் வந்துவிட்டது. அவர்களை நெருங்கியதும் சடாரென வண்டியை வலதுபுறமாக நகர்த்தி பைக்கை முன்னோக்கி செலுத்தினார் நண்பர். அவர்கள் துரத்தியவாறே சில மீட்டர்கள் ஓடி வந்தனர்.

அடுத்து வட்டுவாகல் பாலத்தை ஒட்டிய கடற்படைத்தளம். அவர்கள் வாக்கி-டாக்கியில் தகவல் கொடுப்பதை நான் கண்டபோது அந்தக் கடற்படைத்தளத்தைக் கடந்துவிட்டோம்.

நாம் அவர்களிடம் நிற்பது ஆபத்தானது. அந்த ராணுவச் சிப்பாய் போர் குறித்த சொன்னது மிகவும் முக்கியமானது. நாம் அதை

எப்படியாவது பாதுகாத்தே ஆகவேண்டும் என்றார் நண்பர். அதற்குள் எனது கேமராவை உள்ளே வைத்துவிட்டேன்.

வட்டுவாகல் பாலம் மிகவும் குறுகலானது. போரின்போது எதிரெதிரே ஒரு வாகனம் மட்டுமே செல்லுமளவில் இருந்தது, இப்போது இரு புறமும் ஒரு வாகனம் கடக்கும் அளவிற்கு மாறியிருக்கிறது. எங்களை அந்தக் கடற்படை சிப்பாய்கள் துரத்துக்கின்றனரா? என்ற பதற்றமான நிலை. அதனால் ஒரு பேருந்து எதிரில் வந்துகொண்டிருக்கும் பொழுதே நேரெதிராக விரைந்தோம். கடந்து விடலாம் என வளைவதற்குள் பேருந்து வந்துவிட்டது. சடாரென அடித்த பிரேக்கில் செயினும் உராயத் தொடங்கிவிட்டது.

நாங்கள் பின்னுக்கு வந்து பேருந்து போன பின்பு முன்நகர்ந்தோம். செயின் உராய்வு சத்தம் நிற்கவேயில்லை. இருந்த போதும் செல்வதை தவிர வேறு வழி தெரியவில்லை. நிற்காமலேயே சென்றோம். உராய்வோடு வெயில் காற்றும் மழை துறலும் சேர்ந்தே அடித்துக் கொண்டிருந்தது.

பாலத்தின் முடிவில் கடற்படையின் பாதுகாப்பு அரணிலிருந்தவர் நடுரோட்டில் நின்றுக்கொண்டு கையசைத்தார்.

நாங்கள் நிற்பதுபோல் சென்று அங்கும் கடந்துவிட்டோம். அவர் களிடம் எந்த வாகனமும் அப்போது இல்லாததால் பின் தொடர முடியவில்லை.

நேராகச் சென்றால் முழுமையாக கடற்படை கட்டுப்பாட்டில் இருக்கும் பகுதி. அதோடு நேரான சாலையில் முகாம்கள் இருக்கும் என்பதால் இடையில் இருந்த மண் சாலை ஒன்றில் புகுந்து சென்று விட்டோம்.

வீடொன்றில் வண்டி பழுதாகியுள்ள நிலையைச் சொல்லி நிறுத்தி விட்டோம். கொஞ்ச நேரம் அங்கேயே நின்று விட்டோம். போட்டிருந்த ரெயின் கோட்டையும் கழட்டிவிட்டு ஒரு கிராமப் பேருந்து நிறுத்தத்துக்குச் சென்றோம். மீண்டும் முள்ளிவாய்க்கால் வழியாக சென்றால் நிச்சயம் அதிகபட்ச கண்காணிப்புகள் இருக்கும் என்பதால் முல்லைத்தீவிலிருந்து ஒட்டுச்சுட்டான் வழியாக மாங்குளம் சென்று கிளிநொச்சி செல்வது எங்கள் எண்ணம்.

பேருந்தும் கிடைத்தது. ராணுவத் தலைகளை அவர்கள் முடிவெட்டி யிருந்த விதம் காட்டிக்கொடுத்தது. அவர்களில் பலர் விடுமுறையில் தங்களுடைய சொந்த பகுதியான தென் இலங்கைக்குச் செல்ல அப்பேருந்தில் இருப்பதைப் புரிந்துகொள்ள முடிந்தது.

வழியில் எங்காவது பரிசோதனை நடக்குமா? என்ற அச்சம் எங்களுக்கு இருந்து கொண்டேயிருந்தது. பேருந்தின் வேகம் முல்லைத்தீவை நோக்கி செல்லச் செல்ல இதயத்தின் துடிதுடிப்பும் அதிகரித்தது. ஒருவழியாக முல்லைத்தீவையும் கடந்தோம். இதயத்தின் படபடப்பு சற்று ஓய்ந்தது.

ரகசியமாகவோ மறைமுகமாகவோ அந்தச் சிப்பாய் எங்களிடம் பேசியிருக்கவில்லை. ஆனால் அச்சிப்பாய் சொன்னவை மறைக்கப் பட்ட போர் நிலத்தின் ரகசியம். இலங்கை பாதுகாப்பு படையின் முந்தைய கருத்துகளோடு முரண்பட்ட உண்மைகளை அவர் பேசியிருந்தார்.

'வன்னியில் இறுதிகட்ட நேரங்களில் எந்தவித கனரக ஆயுதங்களும் பயன்படுத்தப்படவில்லை' என 27 ஏப்ரல் 2009 அன்று போர் தொடர்பாக இலங்கை அரசு சொன்னதிலிருந்து மாறுபட்டு நிற்கிறது அவர் தகவல். இலங்கை அரசு பயன்படுத்திய குண்டுகள் ஒரு கிலோ மீட்டர் அளவுக்கு தாக்கத்தினை ஏற்படுத்தக்கூடியவை என்பதும் தெரிகிறது. இருந்தும் பொதுமக்கள் யாரும் சாகவில்லை என்று எப்படிச் சொல்கிறது இலங்கை அரசு? இது உண்மையா அல்லது அதே அரசு பின்னர் சொன்ன 9,000 பேர் மரணம் என்பது உண்மையா? அல்லது ஐ.நா அறிக்கை சொல்லியுள்ள 40,000 பேரா? ஐ.நா. உள்ளக அறிக்கை விவரிக்கும் 70,000 பேரா? அல்லது மன்னார் ஆயர் குறிப்பிடும் காணாமல் போன 146,679 பேர் உயிரிழப்பா?

போருக்குப் பிறகு காணாமல் போன சிங்களப் பத்திரிகையாளர் பிரகீத் எக்னலிகொட இங்கு குறிப்பிடப்பட வேண்டியவர். ஐக்கிய நாடுகள் மனித உரிமைகள் கூட்டத் தொடரின் பொழுது ஜெனிவாவில் அவருடைய மனைவி சந்தியா எக்னலிகொடவைச் சந்தித்தேன். அப்போது அவர் கூறியது, 'ரசாயன ஆயுதங்கள் வன்னியில் போரின் உச்சக்கட்டங்களில் பயன்படுத்தப்பட்டன. ரசாயன ஆயுதங்கள் பயன்படுத்தப்பட்டது, குறிப்பிட்ட இடங்களைத் தாக்குவதற்கு மட்டுமல்ல... ஒட்டுமொத்த பகுதிகளையும் அழிப்பதற்காக. பிரகீத் அது தொடர்பான விவரங்களை வைத்திருந்தார். அது தொடர்பாக அவர் எழுதவும் செய்தார். 2009 ஆம் ஆண்டு இடைப்பட்ட காலத்தில் இதற்காக அவர் கைது செய்யப்பட்டார். ஒரு நாளுக்குப் பின்னர் விடுதலையானார். அதற்குப் பிறகு சில மாதங்களில் அவர் வெள்ளை வேனில் கடத்தப்பட்டார்' என்றார்.

வட்டுவாகலில் ஏற்பட்ட படபடப்பு கொஞ்சம் கொஞ்சமாக விலகியது. மாங்குளம் சந்தியில் வந்திறங்கினோம்.

மாலை கிளிநொச்சியில் ஒரு பெரியவரைச் சந்திக்கும் வாய்ப்பு ஏற்பட்டது.

'கிளிநொச்சியில நாங்க அறுபது வருசமா இருந்த காணில ராணுவம் இப்ப குடியிருக்குது. அரசாங்கத்தோட காணி உறுதி பத்திரம்லா எங்ககிட்ட இருக்குது, அத கொண்டு போய் காட்டி உறுதிப்படுத்தின பிறகும் அந்த இடத்த அவர்கள் விடுகறதா தெரியல. அடாவடித்தன மான வேலைகளதான் இவர்கள் செய்து கொண்டிருக்கீனமே ஒழிய, நாங்க காலங்காலமா வாழ்ந்த இடத்த இவங்க விடுகறதா இல்ல. என்னப் பொறுத்த அளவுக்கு என்னோட பிள்ளைகளுக்கு சொல்லி யிருக்கன் நான் மரணமடைந்தால் கூட அந்த ராணுவ முகாமுக்கு முன்னால தான் என்னோட உடலை அடக்கம் செய்யனோம்னு' என்று அப்பெரியவர் தழுதழுத்த குரலில் குறிப்பிட்டிருந்தார்.

கைவிலங்குடன் நான் சென்றுகொண்டிருந்த போலீஸ் டெம்போ, வரிசைக்கட்டி சென்றுக்கொண்டிருந்த ராணுவ வாகனங்களுக்கு பின்னே விரைந்துகொண்டிருந்தது. என்னுடன் ஒரு போலீஸ் அதிகாரி இருந்தார். அவ்வப்போது முன்பக்கமிருந்த அதிகாரி என்னை எட்டிப்பார்த்துக் கொண்டார்.

ஜெயபுரம் காவல் நிலையத்தை அடைந்தோம். ராணுவ மேஜர் என்மீது புகார் எழுதவேண்டும் என்பதால் கான்ஸ்டபிள் என் அடையாள அட்டையைக் கேட்டார்.

நான் பாஸ்போர்ட்டை எடுத்தேன். ஓ! நீ ஃபாரினரா? இந்தியாவா ? அப்படியெனில் நீ செய்தது பெரிய குற்றம் என்று ஏளனத் தோரணியில் அதட்டினார்.

'ஆமாம்' என்றதோடு அவரிடம் பேச்சை நிறுத்திக்கொண்டேன். என்மீதான புகாரை சிங்களத்தில் பதிவு செய்தது ராணுவம்.

காவல் துறை உயரதிகாரியும் இதனிடையே வந்திருந்தார். ராணுவத்தின் குற்றச்சாட்டின் பெயரில் என்னைக் கைது செய்வ தாகவும் நாளை கிளிநொச்சி நீதிமன்றத்தில் ஆஜர்படுத்தும்போது வந்து பார்த்துக் கொள்ளும்படியும் பாராளுமன்ற உறுப்பினரிடம் கூறினார்.

என்னைக் காவல்துறையினரிடம் ஒப்படைத்தார்கள். கேமராவும் ஒப்படைக்கப்பட்டது. கேமராவை ராணுவத்தினர் உபயோகித்துக் கொண்டிருந்தனர். நான் மற்றொரு ராணுவ உயரதிகாரியிடம், 'புகாரைக் கொடுத்து கைது செய்ததோடு உங்களுடைய ஒப்படைக்கும் வேலை முடிந்துவிட்டது அல்லவா? புகார் கொடுத்தவர்களே விசாரிக்கும் நிலை சட்டத்தில் கிடையாது. இன்னும் ஏன் கேமராவை

உபயோகப்படுத்துகிறீர்கள்? நீங்கள் அதை வைத்துவிடலாம்' என்று சொன்னேன். உடனே, 'ஹரி ஹரி(சரி சரி) எங்களுக்கு தெரியும்' என மிகுந்த கோபத்தோடு கேமராவை வைத்துவிட்டனர்.

பாராளுமன்ற உறுப்பினர், மாகாண சபை உறுப்பினர்கள் என என்னுடன் வந்திருந்தவர்கள் அனைவரையும் கிளம்பச் சொல்லி விட்டனர். 'நாளை கிளிநொச்சியில் நீதிமன்றத்துக்கு வருகிறோம், பயப்பட வேண்டாம்' என்று கிளம்பினர்.

அவர்கள் சென்றபின் பூநகரி கட்டளைத் தளபதி காவல்துறை உயரதிகாரியிடம் அரைமணி நேரத்திற்கும் மேலாகப் பேசிவிட்டு வெளியே வந்தார்.

'நீ யாருன்னு இனிமேல் காட்டு' என எச்சரிக்கை விடுத்தபடி வேகமாக வெளியே சென்றார். அவர் கிளம்பியதும் ராணுவ வாகனங்கள் போலீஸ் ஸ்டேஷனிலிருந்து களைந்திருந்தன.

எழுதிக்கொண்டிருந்த கான்ஸடபிளிடம், 'காவல்துறை உயரதிகாரியிடம் பேசவேண்டும்' என்றேன்.

'பேசலாம், பேசலாம் இரு' என்றார். கொஞ்ச நேரத்தில் அந்த உயரதிகாரியும் வேகமாகக் கிளம்பிச் சென்றுவிட்டார்.

நேரம் மாலை ஆறு மணியை நெருங்கியிருந்தது. மதியம் 12 மணிக்கே ராணுவத்தின் வளையத்துக்குள் கொண்டுவரப்பட்டுவிட்டதால் சாப்பிடுவதற்கு நேரம் அளிக்கப்படவில்லை. இந்நிலையில் அவர் களுடைய உணவைக் கொடுப்பதற்காக காவல் முகாமின் சமையலறைக்கு அழைத்து சென்றார்கள். ஸ்டேஷனுக்குப் பின்புறம் சமையலறை இருந்தது.

சோற்றுத் தட்டுடன் ஸ்டேஷனுக்குள் வந்தேன். எனக்குப் பின்னால் இரு கான்ஸடபிள்கள்.

படகு என்ஜின்களிடையே போடப்பட்டிருந்த நாற்காலியைக் காட்டி இங்க உட்காருங்க என்றார் ஒரு தமிழ் கான்ஸடபிள். குடிப்பதற்கு தண்ணீர் பாட்டில் ஒன்றை நாற்காலிக்கு அருகில் வைத்தனர்.

சாப்பிடத் தொடங்கும்போதே விக்கல். தண்ணீர் கீழே இருக்கிறது, குடி என்றார் ஒரு கான்ஸடபிள். எட்டு மணி நேரத்துக்கு மேலாக தண்ணீர் குடிக்காததால் அப்படியொரு தாகம். ஒரு மிடறு தண்ணீர் உள்ளே சென்றதும் தொண்டையில் எரிச்சல் உண்டானது. தட்டைக் கீழே போட்டுவிட்டு வெளியில் வந்து துப்பினேன்.

'என்னாச்சு? எதுக்கு வெளியில ஓடி வந்த?' என்றனர்.

'நீங்கள் கொடுத்தது தண்ணீர் கிடையாது, பெட்ரோல்' என்றேன்.

அருகிலிருந்த குழாய் தண்ணீரால் வாய் கொப்பளித்தேன். என்னைச் சுற்றி கான்ஸ்டபிள்கள் நின்று கொண்டிருந்தனர்.

உள்ளே வந்தேன். அதற்குள் அந்த பாட்டிலை போட் என்ஜினுக்குப் பின்புறம் கொண்டு போய் வைத்திருந்தனர்.

'நாங்கள் எங்க தண்ணீர் கொடுத்தம், நீயே சும்மா மூலையிலிருந்த பாட்டிலை எடுத்து குடிச்சிட்டு எங்கள சொல்ற?' என்றார் தண்ணீர் குடிக்கச் சொன்ன கான்ஸ்டபிள்.

'என்னைச் சுற்றித்தான நீங்கள் நாலு பேரும் உட்கார்ந்திருக்கீங்க. உங்க கண்முன்னாடிதான் அவர் பாட்டில வெச்சாரு. சரி நீங்க சொல்ற மாதிரி நானே என்ஜினிடம் இருக்கிற பெட்ரோல் எடுத்து குடிச்சிருந்தாலும், பாட்டில்ல பெட்ரோல் மட்டும்தான இருந்திருக்கணும். அதெப்படி தண்ணீர்ல பெட்ரோல கலந்திருந்துச்சி?' என்றேன்.

என் கேள்விக்குப் பதிலில்லை ஆனால் அவர்கள் தங்களுக்குள் பேசிக் கொண்டிருந்தனர்.

'சரி சாப்பிடலயா?' என்றார் அந்த கான்ஸ்டபிள்.

'முதலில் எதார்த்தமாகத்தான் உங்கள் உணவை எடுத்தேன். ரெண்டு தடவ தண்ணீர் எடுத்துக்கொள்ளுங்கள் என்று சொன்ன பாசம் இப்பப் புரியுது. இனி உங்களிடம் எதையும் சாப்பிடுவதாக இல்லை. பெட்ரோல் வைத்துவிட்டு தெரியாததுபோல் சாமர்த்தியமாக நடிக்காதீர்கள்' என்றேன்.

'பிஸ்கட் வாங்கிட்டு வர்றம். சாப்பிடு.'

'நான் உங்களிடம் எதுவும் கேட்கவில்லையே?'

'இந்தத் தண்ணிய குடி' என்று வேறொரு பாட்டிலை நீட்டினர்.

'அந்த தண்ணியிலேயே தாகம் தணிந்துவிட்டது' என்றேன்.

'அப்படிலாம் எதும் செஞ்சிர மாட்டோம், குடி. நீ அதையே பேசிட்டு இருக்காத.'.

அமைதியாக இருந்தேன். எதுவும் பேசாமல் விலகிவிட்டார் கான்ஸ்டபிள்.

பெட்ரோல் பேக்கால் முகத்தை மூடி சித்திரவதை செய்யும் பழக்கம் இலங்கையில் உள்ளது என்பதைப் பின்னர் மனித உரிமை கண்காணிப்ப கத்தின் அறிக்கையொன்றின் வாயிலாகத் தெரிந்துகொண்டேன்.

அடுத்த சில நிமிடங்களில் எந்தச் சீருடையுமின்றி மூவர் வந்தனர்.

உள்ளே வந்ததும் நேராக என்னிடம் வந்தனர்.

'உன் பேரு என்ன?' என்றார்கள்.

' நீங்கள் யார்? எதை கேட்பதாக இருந்தாலும் அந்த அதிகாரியிடம் கேளுங்கள்' என்று கான்ஸ்டபிளைப் பார்த்தேன்.

'அவர்கள் உன்னை விசாரிக்கதான் வந்திருக்கிறார்கள், பேசு' என்றார் அவர்.

'யார் இவர்கள்? எந்தச் சீருடையும் இல்லையே. எதையுமே சொல்லாமல் பேசு என்றால் எப்படிப் பேசுவது?' என்றேன்.

முறைத்தப்படியே 'பயங்கரவாத விசாரணைப் பிரிவு' என்று ஓர் அடையாள அட்டையைக் காட்டினார் அதில் வந்த ஒருவர்.

'இப்ப பேசிறியா?' என்றபடி என்முன் ஒருவரும் இடது புறம் ஒருவரும் வலது புறம் இன்னொருவரும் வந்தமர்ந்தனர்.

'உன் பேரு?'

'தமிழ்ப் பிரபாகரன்'

'எதுக்கு இலங்கைக்கு வந்த ? பாஸ்போர்ட் எடு.'

'பாஸ்போர்ட் போலீஸிடம் இருக்கு.'

'ஓகே, இந்தியாவில எந்த ஊரு? தமிழ்நாடா?'

'ஆமாம்.'

'தமிழ்நாட்டில் எங்க இருக்க ? தெளிவாச் சொல்லு. இனி எல்லாம் சொல்லிதான் ஆகணும்.'

'சென்னை.'

'இதுக்கு முன்னாடி இலங்கை வந்திருக்கியா?'

'வந்திருக்கன். நவம்பர் 2012.'

'சரி, இந்தமுறை என்னைக்கு வந்த?'

'21 டிசம்பர் 2013.'

'முதல் முறை வந்தப்ப எங்கெல்லாம் போனா?'

'கொழும்பு, யாழ்ப்பாணம், ஹட்டன், கிளிநொச்சி, முல்லைத்தீவு, திருகோணமலை, மட்டக்களப்பு.'

'அப்ப யாரெல்லாம் சந்திச்ச?'

'தனிப்பட்ட ரீதியா திட்டமிட்டு யாரையும் சந்திக்கல.'

'அப்ப வெச்சிருந்த போன் நம்பர் என்ன?'

'நினைவில் இல்லை.'

'இங்க வந்து சிம் வாங்கனீயா?'

'ஆமாம்.'

'எங்க வாங்கன?'

'விமான நிலையத்தில்.'

'காமன்வெல்த் சிம்மா?'

'ஆமாம்.'

'என்ன நம்பர்?'

'அதிகமா பயன்படுத்தல. மூன்று நாள்தான்.. நினைவில் வரவில்லை.'

'சரி என்ன புரூஃப் கொடுத்து வாங்குன?.'

'பாஸ்போர்ட்.'

'என்ன படிச்சிருக்க?'

'பிடெக். தகவல் தொழில்நுட்பம்.'

'எந்த ஊர்ல படிச்ச?'

'நாமக்கல்.'

'அது எங்க இருக்கு?'

'சென்னையிலிருந்து 400 கி.மீ.'

'இப்ப என்ன செய்ற?'

'ஆய்வுப் பணி.'

'அங்க அரசியல் கட்சியில எதிலாவது இருக்கியா?'

'இல்ல.'

'செல்போன எடு.'

'போன் எங்கிட்ட இல்ல, பேக்லியே இருக்கு.'

'ஓ! அப்படியா ? ஏன் பேக்லே இருக்கு?'

'சார்ஜ் இல்லாதனால பேக்ல வெச்சிருந்தன்.'

'பேக் எங்க?'

'பேக் கையில இல்ல. வந்த வண்டில இருக்கு.'

'இந்த முறை வந்து எங்கலாம் போன?'

'கொழும்பு, யாழ்ப்பாணம், கிளிநொச்சி.'

வந்திருந்த மூன்று பேருமே குறிப்பெடுத்துக் கொண்டிருந்தனர். வலது புறம் உட்கார்ந்தவர், இந்தப் பக்கம் திரும்பு என்றார்.

'உன் பேரு?'

'தமிழ்ப் பிரபாகரன்.'

'எப்ப நாட்டுக்கு வந்த?'

'இப்பதான சொன்னேன்.' என்றேன்.

'ஹே சொல்லு, அதுலாம் எங்களுக்குத் தெரியும். கேட்கறதுக்கு மட்டும் பதில் சொல்லு. இப்ப சொல்லு எப்ப வந்த?' என்றார்.

'21 டிசம்பர் 2013'

'எங்கலாம் போன?'

'கொழும்பு, யாழ்ப்பாணம், கிளிநொச்சி'

'பாஸ்போர்ட் கொடு.'

'பாஸ்போர்ட் போலீஸ்ட்ட இருக்கு'

'செல்போன் எடு.'

'போன் கையில இல்ல.'

'என்ன படிச்ச?'

'பி.டெக். தகவல் தொழில்நுட்பம்'

'பி.டெக்னா?'

'என்ஜினியரிங்.'

'இதுக்கு முன்னாடி இலங்கைக்கு வந்திருக்கியா?'

'வந்திருக்கன்.'

'எந்த வருசம்?'

'2012.'

'அப்ப எங்கலாம் போன?'

'கொழும்பு, யாழ்ப்பாணம், ஹட்டன், கிளிநொச்சி, முல்லைத்தீவு, திருகோணமலை, மட்டக்களப்பு.'

'யாழ்ப்பாணத்துல யாரலாம் சந்திச்ச?'

'யாரையும் சந்திக்கல.'

நீ சொன்னதெல்லாம் செக் பண்ணிட்டு வருவம் என்று பயங்கரவாத விசாரணைப் பிரிவின் மூன்று அதிகாரிகளும் கிளம்பிச் சென்றனர்.

இரவு 9.30 நெருங்கியது.

விளக்குகள் அணைந்திருந்தன. காவல் நிலையத்தின் சுற்றுவட்டாரம் இருள் கைப்பற்றிய பகுதியாகியிருந்தது.

ஒரு ஜீப் வந்தது. ஜீப்பிலிருந்த இறங்கிய காவல் துறையின் உயரதிகாரி (ராணுவத் தளபதியிடம் பேசிக்கொண்டிருந்தவர்) ஜீப்பின் மேல் சாய்ந்து நின்றுகொண்டிருந்தார்.

என்னை வெளியில் அழைத்து வந்தனர் கான்ஸ்டபிள்கள்.

'இந்த நேரத்துல எங்க கூட்டிட்டு போறீங்க?'

'அதலாம் எங்களுக்குத் தெரியாது' என என்னை வெளியே கொண்டு வந்து நிறுத்திவிட்டு ஒரு கான்ஸ்டபிள் ஸ்டேஷனுக்குள் ஓடினார்.

காற்றில் குளிர் கூடியிருந்தது. சிகரெட்டின் அடிப்பாகத்தைத் தட்டிய படியே பற்ற வைத்தார் அந்த உயரதிகாரி. ஸ்டேஷனுக்குள் ஓடிய கான்ஸ்டபிள் ஒரு ஃபைலை எடுத்துக்கொண்டு வந்து என்னிடம் நின்றார். இன்னொரு கான்ஸ்டபிளிடம் சிங்களத்தில் பேசினார் அந்த உயரதிகாரி. உடனே ஸ்டேஷனுக்குப் பின்புறமாக ஓடியவர் இன்னொரு வாகனத்தைக் கொண்டுவந்து நிறுத்தினார்.

'எதுக்கு வெளியில நிக்க வெச்சிருக்கீங்க?' என்றேன் பக்கத்தில் பிடித்துக்கொண்டிருந்த கான்ஸ்டபிளிடம்.

'அதுலாம் தெரியாது. வாய மூடிட்டு நில்லு' என்றார் அவர்.

அந்த உயரதிகாரி சற்று நெருங்கி வந்திருந்தார். 'உங்களிடம் பேச வேண்டும்' என்றேன்.

'சொல்லு என்ன?' என்றார்.

'காலையில்தானே நீதிமன்றத்தில் ஆஜர்படுத்துவதாகச் சொன்னீர்கள்?'

'கிளிநொச்சியில்தான் ஆஜர்படுத்துவோம். அதனால் அங்குள்ள ஸ்டேஷனுக்கு போறோம்.'

'விடிந்ததும் போனால் போதுமே. இந்த இரவில் ஏன் போக

வேண்டும்?'

'அதலாம் உனக்கு சொல்ல வேண்டிய அவசியமில்ல.'

'சரி, கிளிநொச்சி ஸ்டேஷனுக்கு கொண்டு போற தகவல்னாச்சும் எம்.பி.யிடம் சொல்லுங்க.' என்றேன்.

'அதலாம் சொல்லிக்கலாம். வண்டியில ஏறு' என முன்னிருந்த ஜீப்புக்குப் போய்விட்டார் உயரதிகாரி.

வண்டியின் நடு சீட்டின் இடதுபுறம் ஓரம் ஒருவர் ஏறி உட்கார்ந்தார்.

'ஹ்ம் உள்ள வா' என்று என்னை அழைத்தார். நான் ஏறியதும் வலதுபுறமாக இன்னொரு கான்ஸ்டபிள் உட்கார்ந்தார். நான் நடுவில் இருந்தேன்.

இருளின்மீது வாகனத்தின் ஒளி பாய்ச்சப்பட்டது. உயரதிகாரியின் ஜீப் நகரத் தொடங்கியதும் நானிருக்கும் வாகனமும் நகர்ந்தது.

கடந்து செல்லும் பகுதிகள் சுற்றிலும் இருட்டு. சிறிது தூரத்தில் காட்டுப் பாதையின் ஓரமாக வாகனங்கள் நின்றன. என் பக்கத்திலிருந்து கான்ஸ்டபிள் இறங்கி உயரதிகாரியின் ஜீப்புக்கு ஓடினார்.

'இங்க எதுக்கு நின்றிருக்கோம்?' என்றேன் பக்கத்தில் இருந்தவரிடம்.

'முன்னாடி போன ஜீப் நின்றிருக்குது. அதனால நின்றிருக்கம்.' என்றார்.

இலங்கையில் காணாமல் போன சம்பவங்களைப் பற்றி படித்த செய்திகளும் எழுதியவையும் நினைவில் வந்து சென்றன. ஓடிய கான்ஸ்டபிள் திரும்பி வந்தார். எனக்குப் பின்புறமாக உட்கார்ந்திருந்த அதிகாரி ஜீப்புக்கு மாறினார்.

வாகனம் மீண்டும் அந்த இருளைக் கிழித்துக்கொண்டு மங்கிய மஞ்சள் வெளிச்சத்துடன் முன்நகர்ந்தது. பரந்தன் கடந்ததுமே 'பூநகரி' வழியாக நாங்கள் வந்ததை அறிந்துகொண்டேன்.

கிளிநொச்சி காவல் நிலையத்துக்கு அழைத்துச் செல்லப் பட்டிருந்தேன். அடுத்த கட்டமாக என்னை விசாரிப்பதற்கான ஏற்பாடு கள் நடந்துகொண்டிருந்தன.

இன்ஸ்பெக்டர் ரேஞ்சில் இருந்த அதிகாரி விசாரணையை ஆரம்பித்தார். மீண்டும் என்னைப் பற்றிய அடிப்படைத் தகவல்களைத் தெரிந்துகொள்வதற்கான கேள்விகள் கேட்கப்பட்டன. நான் சொல்வதையெல்லாம் விசாரணைக் குறிப்பேட்டில் எழுதிக்

கொண்டிருந்தார் உடன் வந்திருந்த தமிழ் கான்ஸ்டபிள். 'விசாரணை முடிஞ்ச பிறகு எவ்வளவு நேரமானாலும் எல்லாத்தையும் சிங்களத்துல எழுதிக்கொடுத்துட்டுதான் போற' என அவருக்குக் கட்டளை பிறப்பித்திருந்தார்.

இடையே பயங்கரவாத விசாரணைப் பிரிவின் அதிகாரி வந்தமர்ந்தார். ஜெயபுரம் ஸ்டேஷனுக்கு வந்தவர்களில் ஒருவர் அவர். இன்ஸ்பெக்டர் தலையசைத்துவிட்டு, உட்காருங்கள் என்றார்.

'உன் பேரு என்னன்னு சொன்ன?'

'தமிழ்ப் பிரபாகரன்.'

'உன்னை எதற்கு கைது செய்தார்கள்?'

'ராணுவ முகாமைப் படம் பிடித்ததாகச் சொல்லி கைது செய்தார்கள். அவர்கள் என்னை நடத்திய விதம் மிகவும் தவறானது. ஓர் ஆயுத தாரியைப்போல் என்னைக் கையாண்டனர். ராணுவத்தினர் காட்டு மிராண்டித்தனமாக நடந்துகொண்டார்கள்' என்றேன்.

எழுதிக்கொண்டிருந்த தமிழ் கான்ஸ்டபிளிடம், 'ஹேய் இதெல்லாம் எழுதிறாத' என்றார் அவர்.

அந்த கான்ஸ்டபிளும் 'இல்ல சார், எழுதல' என்றார்.

'ஏன் இதெல்லாம் எழுத வேண்டாம்னு சொல்றீங்க. நான் சொல்ற வாக்குமூலத்ததான எழுதணும்?' என்றேன்.

'நீ சொல்றதெல்லாம் எழுத முடியாது' என்று சொன்ன அவர், என்னைக் கைது செய்ததற்கான காரணத்தை மட்டும் எழுதச் சொன்னார்.

'என்னுடைய சொற்களாக அவற்றை எழுதுவதில் உங்களுக்கு என்ன பிரச்னை? ராணுவக் குற்றச்சாட்டை அப்படியே ஏற்றுக்கொண்டீர்கள் தானே?'

'நீ பேசறதுலாம் எழுதவேண்டிய அவசியம் எனக்கில்ல.'

'நடந்ததைத்தான் எழுதச் சொல்கிறேன்.'

'அப்படிலாம் எழுத முடியாதுன்னு சொல்லியாச்சில்ல!' என்றவர் தொடர்ந்தார். 'கைது செய்வதற்கு போலீஸ் வந்தார்கள் தானே?'

'ராணுவமே முதலில் கைது செய்தது. ராணுவம் சொல்லிதான் போலீஸார் வந்தனர்.'

'போலீஸார் வந்தார்கள்தானே?'

'போலீஸ்காரர்கள் கடைசியாகவே வந்தார்கள். ராணுவமே முதலில் கைது செய்தது. ராணுவத் தளபதி உத்தரவிட்டே கைது செய்தார்கள்.'

'போலீஸ் கைது செய்தது மட்டும் எழுதிக்கோ' என்றார் கான்ஸ்டபிளிடம்.

'மீண்டும் மீண்டும் ஏன் நான் சொல்வதை மாற்றி எழுதுகிறீர்கள்?' என்றேன்.

'சொன்னதையே திரும்பச் சொல்லாமல் கேட்பதற்கு மட்டும் பதில் சொல்லு. எந்த இடத்துல கைது செஞ்சாங்க?'

'ஒருவருக்கு மன ரீதியாக பயத்தை உண்டாக்க முற்படுவதும் குற்றம் எனச் சொல்கிறது உங்கள் நாட்டு சட்டம். உங்களுக்குப் பின்னால் உள்ள பலகையில் தான் அது எழுதப்பட்டிருக்கிறது. நீங்கள் என்னுடைய பதிலை எழுதவில்லை. ராணுவம் நினைப்பதை எழுதிக் கொண்டு இருக்கிறீர்கள்.'

'நானும் தமிழன் தான்யா, மலையகத் தமிழர். ஊட்டில எனக்கு நிலம் இருக்கு. நீ என்னை நம்பிச் சொல்லலாம். இதோ பாரு, நீ சொன்ன தெல்லாம் எழுதிட்டு இருந்தா, நான் இங்க நாளைக்கு வர முடியாது. கேட்கறதுக்கு மட்டும் பதில் பேசு. தேவையில்லாத கேள்விலாம் கேட்காத.'

'என்னிடம் நடக்கும் விசாரணையில் நான் சொல்வதைத்தானே எழுதச் சொல்றேன். அதுல என்ன தேவையில்லாத கேள்வி இருக்கு?'

'நீ மறுபடியும் மறுபடியும் அதையே பேசாத. நீ சொல்றதுலாம் எழுதமுடியாது. சொல்லு, உன்ன எங்க கைது செஞ்சாங்க?'

'வலைப்பாடு கடற்கரையோரம்.'

'எத்தனை முறை இலங்கைக்கு வந்திருக்க?'

'ரெண்டு முறை.'

'அப்ப வந்த தேதி தெரியுமா?'

'13 நவம்பர் 2012'

'எத்தன நாள் இருந்த?'

'25 நாள்கள்.'

'எதுல வந்த?'

'எதுலன்னா?'

'பிளைட்டா? கடல் வழியா?'

'விமானம் வழியாக'

'உன் சொந்தகாரங்க யாராவது இங்க இருக்காங்களா?'

'இல்ல.'

'பிறகு எதுக்கு இங்க வந்த?'

'சொந்தம் இருந்தாதான் ஒரு நாட்டுக்கு வர வேண்டும் என்பதில்லையே.'

'அப்ப உன் சொந்தம் யாரும் இங்க இல்ல?'

'யாரும் இல்லை.'

அப்போது மணி 12:30. என்னைப் பற்றிய தகவல்களைத் தெரிந்துகொள்ள அடுக்கடுக்கான கேள்விகள் வீசப்பட்டன.

'வேறு ஏதேனும் சொல்ல இருக்குதா?' என்றார்.

'ஜெயபுரம் காவற்நிலையத்தில் குடிப்பதற்கு தண்ணீருக்கு பதில் பெட்ரோல் கலந்து கொடுத்தார்கள்' என்று சொன்னேன். அதையும் எழுதவேண்டாம் என்றார் சிரித்துக்கொண்டே.

ஒருவழியாக விசாரணை முடிந்தது. நான் லாக்கப்புக்குள் கொண்டு செல்லப்படும்போது மணி அதிகாலை 2:30. ஒரு சிறு திண்ணையும், உள்ளே அரைச்சுவர் தடுக்கப்பட்டிருந்த திறந்த கழிவறையும் கொண்ட அறையில் அடைக்கப்பட்டிருந்தேன்.

லாக்கப் கம்பிகள் தட்டப்பட்டன. உன்னைப் பார்க்க ஒருவர் வந்திருக்கிறார் என அழைத்துச் செல்லப்பட்டேன். அப்போது மணி சுமாராக காலை 6 இருக்கும்.

சப்-இன்ஸ்பெக்டர் என்று அறிமுகப்படுத்திக்கொண்ட அவர், கேண்டீனுக்கு அழைத்தச் சென்றபடியே ரொம்ப நாள் பழகியவரைப் போலப் பேசத் தொடங்கினார்.

'மச்சான், நானும் தமிழன்தான். என்ன பண்றது வாழ்க்கைய ஓட்டியாகணுமே, அதனால இந்த வேலையில் இருக்கன். உனக்கென்ன இங்கலாம் வந்து கஷ்டபடணும்னு விதி' என்றபடியே என்னைப் பற்றிக் கேட்டார்.

அதற்குள் கேண்டீன் வந்தது.

'என்ன சாப்டற' என்றார்.

'இல்லை எதுவும் வேண்டாம்' என்றேன்.

'ஏன் எங்க நாட்டுல எதும் சாப்பிட மாட்டியா?'

'நீங்கள் தருவதை சாப்பிடுவதில் எனக்கு நம்பிக்கை இல்லை.' என்றேன்.

'இவ்வளவு பேசியும் என்ன நம்பமாட்டியா மச்சான். சரி சொல்லு என்ன சாப்டற?'

நான் அமைதியாக இருந்தேன்.

இதற்கிடைய அந்த கேண்டனில் இருந்த மற்ற அதிகாரிகளுள் வெவ்வேறு பேச்சுகள் ஓடின. திடீரென அந்த சப்-இன்ஸ்பெக்டர் அவர்களிடம் 'பொட்டு அம்மானே வந்தாலும் எனக்குப் பயமில்லை' என நக்கலாக சிரித்தார். அவர்களிடமும் அச்சிரிப்பு எழுந்து ஓய்ந்தது.

ஸ்டேஷனின் பின் கதவு வழியாக லாக்கப்புக்கு அழைத்துச் செல்லப்பட்டேன். பேண்டின் ஜிப் அறுந்திருந்தால் வேறு பேண்ட் கேட்டிருக்கேன். வந்துவிட்டதா என்று கேட்டேன். 'வரும் வரும் வா, மச்சான்' என்று அழைத்துச் சென்றார்.

பத்து நிமிடங்கள் கடந்திருக்கும். ஸ்டேஷனுக்கு வெளியே கூட்டிவந்து நிறுத்தினர். போலீசாருக்கான நவீன கார் ஒன்று நிறுத்தப் பட்டிருந்தது.

கான்ஸ்டபிள் ஒருவர் வந்து கைவிலங்கிட்டு காரில் ஏறச் சொன்னார். நடுவில் உட்கார வைக்கப்பட்டு இருபுறமும் அதிகாரிகள் உட்கார்ந்தனர்.

'எங்கே?' என்றேன்.

'கோர்ட்டுல ஆஜர்படுத்த மெடிக்கல் சர்டிபிக்கேட் எடுக்கணும்' என்றனர்.

கிளிநொச்சி பொது மருத்துவமனையினுள் நுழைந்தது கார். என்னால் வேறு பேண்ட் மாற்றாமல் வர முடியாது என்றேன்.

மருத்துவமனை வளாகத்தில் இருந்த போலீஸ் பூத்தில் கைவிலங் கோடு நிற்க வைத்தனர்.

'டாக்டர் கருத்த பெட்டதான், நீ ஜிப் போடாமலே வரலாம்' என்றார் உடன் நின்றுகொண்டிருந்த ஒர் அதிகாரி.

'இப்படிப் பேசுவதாக இருந்தால் என்னிடம் பேசாதீர்கள். வழக்கு தொடர்பாக எதாவது இருந்தால் மட்டும் சொல்லுங்கள்' என்றேன். உடனிருந்த இன்னொரு அதிகாரியிடமும் அவருடைய அநாகரிகமான பேச்சைக் குறிப்பிட்டேன். அதன் பிறகு அந்த அதிகாரி என்னிடம் பேசவேயில்லை. பின் சேஃப்டி பின் மட்டும் வாங்கிவந்து கொடுத்தார் மற்றொரு அதிகாரி.

கைவிலங்குடன் மருத்துவமனைக்குள் அழைத்துச் செல்லப்பட்டேன். மருத்துவரின் அறை வந்ததும் கைவிலங்கை அவிழ்த்தனர்.

அந்த மருத்துவர் ஒரு தமிழ்ப் பெண்.

'கோர்ட்டில் ஆஜர்படுத்துவதற்கு மருத்துவச் சான்று வேண்டும்' என்றார் என்னுடன் வந்திருந்த அதிகாரி. என்னிடம் எந்தக் கேள்வியையும் கேட்காமல் மருத்துவச் சான்று எழுத முற்பட்ட பொழுது, இடைமறித்து ஜெயபுரம் ஸ்டேஷனில் தண்ணீருடன் பெட்ரோல் கொடுக்கப்பட்ட சம்பவத்தைச் சொன்னேன்.

'அதை முழுசாக முழுங்கனீங்களா?' என்றார் மருத்துவர்.

'கொஞ்சம் முழுங்கியதும் துப்பிவிட்டேன்' என்றேன்.

'தொண்டை எரிச்சல் இருக்குதா?'

'இல்லை.'

'அதுக்குப் பிறகு மருத்துவமனைக்கு கூட்டிட்டு போனங்களா?'

'இல்லை' என்றேன்.

'நான் மருத்துவச் சான்று அளிக்கமுடியாது. இது பிரச்னையாகிவிடும். நீங்கள் தலைமை மருத்துவரிடம் பேசிக்கொள்ளுங்கள்' என்று அதிகாரி களிடம் தெரிவித்துவிட்டார் மருத்துவர்.

வெளியே அழைத்து வந்ததும் மீண்டும் கையில் விலங்கிட்டனர்.

மருத்துவச் சான்று பெறப்படாமலேயே என்னை காரில் ஏற்றினார். மருத்துவமனையின் நுழைவாயிலில் கார் வந்தபொழுது, நான் முன்பு சந்தித்த நிலமிழந்த அந்தக் கிளிநொச்சிவாசி என்னைக் கண்டு விட்டார். ஏ9 நெடுஞ்சாலையில் ஏறும்வரை அவருடைய பார்வை காரையே பார்த்துக்கொண்டிருந்தது.

'ஏன் மருத்துவச் சான்று வாங்கலயா?' என்றேன் அருகிலிருந்த அதிகாரியிடம்.

'அதலாம் வாங்கிக்கலாம். உன்ன அவசரமா கூட்டிட்டு வரச் சொல்லி இருக்காங்க' என்றார்.

ஸ்டேஷனுக்குள் அழைத்துச் சென்றனர். தலைமை அதிகாரியின் அறைக்கு அழைத்துச் செல்லப்பட்டேன். அங்கு மூன்று பேர் எனக்காகக் காத்திருந்தனர்.

உள்ளே நுழைந்ததும், 'நீ தானா அது?' என்றனர்.

என்னை அடுத்தக்கட்ட விசாரணைக்காக கொழும்பு அழைத்துச் செல்வதாகச் சொன்னார்கள்.

'கிளிநொச்சி நீதிமன்றத்தில் ஆஜர்படுத்துவதாகச் சொல்லியிருந்தார்

களே?' என்றேன்.

'எல்லாம் எங்களுக்குத் தெரியும். உன்னப் பத்தியும் தெரியும்' என்றார் அதில் ஒருவர்.

மற்றொருவர், 'இது தான் நீ கடைசியா இலங்கையைப் பார்ப்பது' என்றார்.

என்னை வெளியில் இருக்கச்சொன்னார் அந்த ஸ்டேஷனின் தலைமை அதிகாரி.

வடமாகாண சபை உறுப்பினர் பசுபதிபிள்ளை ஐயா எனது துணிப் பையைக் கொண்டு வந்திருந்தார். என்னைக் கொழும்பு கொண்டு செல்வதாகச் சொல்லியிருப்பதை அவரிடம் தெரிவித்தேன்.

அதற்கிடையில் ஜெயபுரம் காவல் நிலையத்தில் விசாரித்த இரு டி.ஐ.டி.யினர் வந்தனர். போலாமா என்றனர்.

ஸ்டேஷனுக்கு நேராக ஏ9 சாலையின் ஓரத்தில் வெள்ளை நிற வேன் ஒன்று நின்றிருந்தது. போலீசார் ஃபைல் ஒன்றை அவர்களிடம் ஒப்படைத்தனர். எனது துணிப் பையை அவர்களே எடுத்துக்கொண்டு அந்த இரு டி.ஐ.டி.யினரும் என்னை வேனுக்கு அழைத்துச் சென்றனர்.

யாழ்ப்பாணத்தை நோக்கிய பாதையிலிருந்த டி.ஐ.டி அலுவலகத்துக்குக் கொண்டு சென்றனர். பின்பக்கம் இருந்த அவர்களுடைய முகாமுக்கு அழைத்துச் சென்றனர். இரண்டு அடுக்கு கட்டில்கள் ஆறு, ஹாஸ்டல் அறை போல் இருந்தது. சீக்கிரம் குளித்துவிட்டு கிளம்பு, ஆறுமணிக்கு முன்னாடி கொழும்புக்குப் போகணும் என்றார் ஒரு டி.ஐ.டி. அதிகாரி.

இந்த அலுவலகம் இருக்கும் பகுதியை முன்பே நான் பார்த்திருக் கிறேன். கிளிநொச்சி கந்தசாமி கோயில் அருகில் அமைந்திருக்கிறது இவ்விடம். ராணுவ முகாம் ஒன்றும் அருகில் இருக்கிறது. சாதாரண மாக கடைகள் நிரம்பிய வணிகப் பகுதியைப் போன்று காட்சியளித்த இவ்விடத்தில் ஒரு டி.ஐ.டி. முகாமைக் கண்டேன்.

அடுத்த 20 நிமிடங்களில் கொழும்பை நோக்கிப் புறப்பட்டது வெள்ளை வேன். அது டொயோட்டோ ரக வேன். எனக்கு முன் இருவரும் எனக்குப் பின் ஒருவரும் என மூன்று பேர் பிஸ்டல்களுடன் இருந்தனர்.

அதிகபட்ச வேகத்தில் வேன் செல்லத் தொடங்கியது. அந்த வேனின் உள்ளமைப்பு மிகவும் மோசமான நிலையில் இருந்தது. சீட்டுறைகள் கிழிந்து, கம்பிகள் தெரிந்தன. அவை சொந்தங்களை இழந்து தவிக்கும் மக்களின் முகங்களை நினைவுக்குக் கொண்டு வந்தது. சர்வதேசத் தரப்பிலிருந்து யாரேனும் இலங்கைக்கு வந்தால் இன்றும்

படுகொலைகள் நிகழ்ந்த இந்த வீதிகளில் நீதிக்காக கையேந்தி நிற்கின்றனர் மக்கள். பெரும்பாலும் அது பெண்களின் முகங்களாகவே இருக்கிறது. அவர்களுடைய மகன்களை, மகள்களை, கணவன்மார் களைப் பறித்ததில் வெள்ளை வேன்களுக்கு மிகப்பெரிய பங்குண்டு.

இங்கிலாந்து பிரதமர் டேவிட் கேமரூன் கடந்த நவம்பர் 2013ல் (காமன்வெல்த் மாநாட்டின்போது) யாழ்ப்பாணம் வந்திருந்த பொழுது, நூலக வீதியில் ஜெயகுமாரி அவரது 13 வயது மகள் விபூசிகாவோடு காணாமல்போன தனது மகனுக்காகக் கதறினார்.

இலங்கை அரசால் வெளியிடப்பட்ட மறுவாழ்வு முகாமின் படத்தில், ஜெயகுமாரியின் 15 வயது மகன் மகிந்தனின் முகமும் இருக்கிறது. இறுதிக்கட்டப் போரின்போது புலிகள் இயக்கத்தைச் சேர்ந்தவராகக் கைது செய்யப்பட்டுள்ளார். அந்தப் படத்தைக் கையில் ஏந்தி நின்ற அவருக்கும் அவர் மகளுக்கும் ராணுவப் புலனாய்வுப் பிரிவினரின் கடுமையான அச்சுறுத்தல்கள் விடுக்கப்பட்டன.

மார்ச் 2014ல் ஐ.நா. மனித உரிமை சபையில் இலங்கைப் போர்க்குற்றங் களுக்கு எதிரான சர்வதேச விசாரணையைக் கொண்டு வரும் சூழல் நிலவிக் கொண்டிருந்தது. இலங்கை அதிகாரிகள் அதை முறியடிக்க அனைத்துத் தரப்பிலும் கடுமையாக முயற்சி செய்துகொண்டிருந்தனர். இந்த மனித உரிமைக் கூட்டத்தொடர் நடந்துகொண்டிருந்தபோதே 13 மார்ச் 2014 அன்று ஜெயகுமாரியும் அவரது 13 வயது மகள் விபூசிகாவும் கைது செய்யப்பட்டனர். அதே வேளை புலிகள் இயக்கத்தை மீண்டும் உருவாக்க முயற்சித்ததாக மூவர் கொல்லப்பட்டிருந்தனர். கொல்லப் பட்ட கோபி என்பவருக்கு ஜெயகுமாரி அடைக்கலம் தந்தார் என இலங்கை அரசாங்கத்தால் ஐ.நா.வில் அறிக்கை வாசிக்கப்பட்டது. அதே சமயம் 16 மார்ச் 2014 அன்று ஜெயகுமாரி மற்றும் அவரது மகளின் கைது தொடர்பாக ஆராயச் சென்ற மனித உரிமை செயற் பாட்டாளர்கள் ருக்கி பெர்னான்டோ மற்றும் பாதிரியார் பிரவீன் மகேசனும் கிளிநொச்சியில் கைது செய்யப்பட்டனர்.

இது தொடர்பாக ஐ.நாவுக்கான இலங்கையின் நிரந்தரத் தூதரகம் 18 மார்ச் 2014 அன்று வெளியிட்ட விளக்க அறிக்கையில், 'கோபி என்ற அந்தப் பிரதான சந்தேக நபரின் இடம் பற்றிய துப்பைப் பெற்றுக் கொண்ட அதிகாரிகள் குழு அதனடிப்படையில் கிளிநொச்சியில் உள்ள பாலேந்திரன் ஜெயகுமாரியின் வீட்டுக்குச் சென்றனர். நடவடிக்கையின் போது கோபி போலிஸாரை நோக்கிச் சுட்டுவிட்டுத் தப்பிச் சென்றார். சப் இன்ஸ்பெக்டர் அதில் காயப்பட்டார்.

பாலேந்திரன் ஜெயகுமாரியின் வீட்டில் அவரது 13 வயது மகள் பாலேந்திரன் விபூசிகா இருந்தார். ஆயுதம் தாங்கிய கோபி அந்த

வீட்டிலிருந்து தப்பிச் சென்றமையால் அந்த வீடு சோதனையிடப் பட்டது. அந்த வீட்டிலிருந்து என்ற கண்ணிவெடி கண்டுபிடிக்கும் கருவி மீட்கப்பட்டது. கோபி தொடர்பாக மேலதிக தகவல்கள் தர ஜெயகுமாரி முன்வராமையால், விடுதலைப் புலிகளை மீள ஒழுங்கமைக்கும் கோபியின் செயற்பாடுகளுக்கு ஒத்துழைக்கின்றார் என்ற சந்தேகத்தில் அவர் கைது செய்யப்பட்டார். தனது 13 வயது மகளை ஒப்படைப்பதற்குச் சரியான பொறுப்பாளரையோ உறவினரையோ பாலேந்திரன் ஜெயகுமாரி தரமுடியாத நிலையில் இருந்ததால் தாயுடன் அவரும் அழைத்துச் செல்லப்பட்டு கிளிநொச்சி நீதிவான் முன்னிலையில் ஆஜர்படுத்தப்பட்டார்.

விஸ்வமடுவில் ஆயுதங்கள் மீட்கப்பட்டமை, கோபி தொடர்பாக தர்மபுரத்தில் இடம்பெற்ற துப்பாக்கிச்சூடு சம்பவம் ஆகியவை உள்பட விடுதலைப் புலிகள் அமைப்பை மீள இயங்கச் செய்வது தொடர்பான செயற்பாட்டாளர்கள் குறித்து நடைபெறும் புலானய்வுடன் சம்பந்தப்பட்டே ருக்கி பெர்னாண்டோவுக்கும் பாதிரியார் பிரவீனுக்கும் 2014 மார்ச் 16 ஆம் திகதி பயங்கரவாதத் தடுப்புச் சட்டத்தின் கீழ் தடுப்புக் காவல் உத்தரவு வழங்கப் பட்டுள்ளது. கோபியுடன் தொடர்பில் இருக்கும் நபர்களுடன் இணைந்து செயற்படுவதற்காக பெர்னாண்டோவும் அருட்தந்தை பிரவீனும் கிளிநொச்சியில் இருந்திருக்கின்றனர் என்பது புலனாய்வில் தெரிய வந்துள்ளது. கோபியும் அவருடன் தொடர்புடைய ஏனையோரும் எங்குள்ளார்கள் என்பதைக் கண்டறிவதற்காகவே அவர்கள் தொடர்ந்து விசாரணைக்கு உட்படுத்தப்பட்டுள்ளனர்' என தனது செயல்பாடுகளுக்கு நியாயம் தெரிவித்தது இலங்கை அரசு.

2009 போருக்கு முன்பு காணாமல் போனவர்களில் பெரும்பாலானோர் வெள்ளை வேன்களில் கடத்தப்பட்டவர்கள். கடத்தலின்போது இந்த வேன்கள் 'நம்பர் பிளேட்' இல்லாமல் இருக்கும் என்பது தகவல். 1999 ல் ஐக்கிய நாடுகள் சபை நடத்திய ஆய்வின்படி 1980 முதல் 12,000 பேருக்கு மேல் காணாமல் போயுள்ளதாக கணக்கிடப்பட்டுள்ளது. காணாமல் போனவர்களின் எண்ணிக்கையின் அடிப்படையில் ஈராக்குக்கு முதலிடமும் (16,000) இலங்கைக்கு இரண்டாம் இடமும் அளித்தது ஐக்கிய நாடுகள் சபை. 1994 ல் ஆட்சிக்கு வந்த சந்திரிகா குமாரதுங்க அரசாங்கம் கடந்த கால மனித உரிமை மீறல்கள் சரி செய்யப்படும் என்றார். அப்போதைய இலங்கை அரசின் கணக்குப்படி 17,000 பேர் காணாமல் போயுள்ளனர். ஜூன் 2016ல் இலங்கை ஜனாதிபதி மைத்திரிபால சிறிசேனா இலங்கையில் 65,000 காணாமல் போகியிருப்பதை ஒப்புக்கொண்டார்.

ஓமந்தை சோதனைச் சாவடியை நெருங்கியது வெள்ளை வேன். ராணுவத்தினர் வேனை மறித்தனர். ஓரங்கட்டிவிட்டு இறங்கினார் ஓட்டுநர். அவரும் டிஐடி பிரிவைச் சேர்ந்தவரே. பின்பக்க பாக்கெட்டி லிருந்து பர்ஸை எடுத்து , அட்டை ஒன்றை ராணுவச் சிப்பாயிடம் காட்டினார். டிஐடி அடையாள அட்டையாக இருக்கக்கூடும் என நினைக்கிறேன். வேனுக்குள் எட்டிப்பார்த்த அந்தச் சிப்பாய் என்னைப் பார்த்துக்கொண்டே டிஐடியினருக்குக் கையசைத்தார்.

மீண்டும் அதே வேகம். தரிக்கெட்ட வாகனம் போல் சென்று கொண்டிருந்தது வேன். வவுனியாவில் உள்ள ஒரு முகாமில் நுழைந்து நின்றது வேன். எனக்கு பின்னிருந்தவரிடம் என்னைப் பார்த்து கொள்ள பணித்துவிட்டு, முன்னிருந்த டிஐடியினர் இருவரும் இறங்கி முகாமுக்குள் சென்றுவிட்டனர். சில நிமிடங்கள் கழிந்தன. டிஐடியினர் இருவரோடு மூன்றாவதாக இன்னொருவரும் முகாமிலிருந்து வெளியே வந்தார். வேன் அருகே வந்ததும் இவன்தான் என்று என்னை அவருக்கு அடையாளம் காட்டினார்கள். 'ஹரே ஹரே'(சரி சரி) என்ற அவருடைய குரல் காதில் விழுந்தது. இது டிஐடியினரின் வவுனியா முகாம் என்பதைப் பின்னர் அறிந்துகொண்டேன்.

வேன் புறப்பட்டது. வவுனியா நகரத்தைவிட்டுச் சற்று வெளியே வந்திருப்போம். ராணுவ சூப்பர் மார்க்கெட்டில் மீண்டும் நிறுத்தினர். உள்ளே சென்றவர் மீன் டின்னை எடுத்துவந்தார்.

கொழும்பை நோக்கி கிளம்பிய வேன் சிறிது தூரத்தில் இடது புறமெடுத்து ஒரு வீட்டின்முன் வந்து நின்றது. வெளித்தோற்றம் சற்று பாழடைந்திருந்தது.

முன்னிருந்து இரு டிஐடியினரும் முதலில் இறங்கி வீட்டுக்குள் சென்றுவிட்டனர்.

பத்துநிமிடங்கள் கழித்து வெளியே வந்தவர்கள், என்னை இறங்கச்சொன்னார்கள்.

'எதற்கு?' என்றேன்.

'இறங்கு' என்றனர்.

'நேராக கொழும்புக்கு போவததாகதானே சொன்னீர்கள்?'

'எல்லாம் போலாம் இறங்கு' என்று கையைப் பிடித்தனர்.

வேறு வழியின்றி இறங்கினேன். உள்ளே அழைத்துச் சென்றவர்கள் என் கைவிலங்கை அவிழ்த்துவிட்டு 'அங்க போ' என்றார்கள்.

'எதற்கு' என்றேன்.

'போய் சாப்பிடு' என்றனர்.

'எனக்குப் பசி இல்லை'

'சும்மா சாப்பிடு, அங்க கொடுத்த மாதிரி பெட்ரோல்லாம் கொடுத்தறமாட்டம்'.

'இல்லை வேண்டாம்'

வலுக்கட்டாயமாக எனது கையில் தட்டை திணித்தனர்.

'நாங்களும் சாப்பிடறம் தானே நீயும் சாப்பிடு' என்றார் அந்த வீட்டுக்குள் இருந்த ஒருவர். சோறையும் சமைக்கப்பட்ட அந்த டின் மீனையும் தட்டில் போட்டனர். எனக்கு முன்னதாக அவர்கள் சாப்பிடத் தொடங்கிவிட்டனர்.

அவர்களுடைய குணத்தைப் பார்த்த எனக்கு அந்த உணவைச் சாப்பிடுவதில் இன்னமும் தயக்கம் நீடித்தது.

'சாப்பிடு, சாப்பிடு' என்றனர் மீண்டும்.

தட்டை கீழே வைக்க வந்தேன்.

'ஹே என்ன? சாப்பிடு. நாங்களும் இததான சாப்பிடறம்?'

அவர்களுடைய கட்டாயத்தால் அந்த உணவைச் சாப்பிட்டேன். சாப்பிட்டு முடித்ததும் வேனுக்கு அழைத்துச் செல்லப்பட்டேன். கைவிலங்கிடப்பட்டது.

அடுத்த அரை மணி நேரத்தில் கொழும்பு நோக்கி புறப்பட்டது வேன். அதே வேகம். எனக்கு முன்னமர்ந்திருக்கும் இருவரும், ஜெயபுரம் காவல் நிலையத்துக்கு விசாரிக்க வந்த அதே டீஐடி அதிகாரிகள்.

'ஜெயபாலனையும் நாங்கள்தான் கொழும்பு அழைத்துச் சென்றோம்' என்றனர். புலம்பெயர்ந்த கவிஞரும் நடிகருமான வ.ஐ.ச ஜெயபாலன் பல ஆண்டுகளுக்குப் பிறகு சொந்த நிலத்துக்கு வந்திருந்தபொழுது கைது செய்யப்பட்டிருந்தார்.

'அவன் என்ன அங்க பெரிய நடிகரா?' எனக் கேட்டனர்.

எதுவும் பேசாமலிருந்தேன். 'ஹே உன்னதான் ஜெயபாலன் நல்ல நடிகரா?'

'ஆமாம் கவனிக்கப்படக்கூடிய கதாபாத்திரங்களில் நடித்துள்ளார்.'

'எம்.ஜி.ஆர்., பூஜா (நடிகை) எல்லாம் எங்க ஊருல இருந்துதான வந்தாங்க, நீங்க மட்டும் ஏன் எங்களுக்கு தொல்லையாவே இருக்கீங்க?'

நான் பேசுவதைத் தவிர்த்தாலும், பேசத் தூண்டினர்.

'எங்கள் மக்கள் அவர்களை வரவேற்கத்தானே செய்தார்கள்?' என்றேன்.

நக்கல் மிகுந்த பார்வையை என்மீது வீசிவிட்டு, 'கொழும்புக்கு உன்ன ஹெலிக்கேப்டர்ல கொண்டு போணும்னு சொல்றாங்க' என்றார் முன் அமர்ந்திருந்த டீஐஜி.

பேசாமல் இருந்தேன்.

'நாங்க ஹெலிகேப்டர விட பாஸ்ட்டா போவோம்' என்று சிரித்துக் கொண்டனர்.

அனுராதபுரம் அருகே ஒரு காட்டுப்பகுதி வந்தது. பிரதான சாலையி லிருந்து மண் சாலைக்குத் திரும்பினர். சுற்றிலும் மரங்கள் மட்டுமே. ஒரு கிலோ மீட்டர் சென்றிருக்கும். என்னை அவ்வப்போது திரும்பிப் பார்த்துக் கொண்டனர் முன்னிருந்தவர்கள். மீண்டும் பிரதான சாலையில் ஏறினார்கள். அது முழுமையான சிங்களப் பகுதி என்பதை மக்களின் உடைக் கலாசாரம் காட்டியது.

குறுகலான ஒரு பாலம். நடைபாதையில் வந்துகொண்டிருந்த ஒரு பெண்ணைப் பார்த்து கத்திக் கிண்டல் செய்துகொண்டே வந்த ஓட்டுநர், எதிரே வந்த பேருந்தில் மோதும் அளவுக்குச் சென்று விட்டார்.

எப்படியோ விபத்திலிருந்து தப்பிவிட்டாலும் வேனின் தரிக்கெட்ட வேகம் மட்டும் குறையயவில்லை. நகர நெரிசலிலும்கூட வேகத்துக்கு விதிவிலக்கு இல்லை.

கிளிநொச்சியிலிருந்து கொழும்புக்கு சுமார் 350 கிலோ மீட்டர். மாலை ஐந்து மணியளவில் கொழும்புக்குள் நுழைந்தது வேன். ஆறுமாடி சிஐஜி, டீஐஜி அலுவலகத்தை அடையும்போது மாலை 6 மணியாகிவிட்டது. பின்புறம் துறைமுகம் இருந்தது.

தரை தளத்தில் அடிப்படை மனித உரிமைச் சட்டத்தின் துண்டுப் பிரசுரம் ஒட்டப்பட்டிருந்தது. லிப்டுக்காக நின்றுகொண்டிருந்தோம். காத்துக்கொண்டிருக்கையில் அங்கு ஒட்டப்பட்டிருந்த விதிமுறை களைப் படிக்கத் திரும்பினேன். அதைப் பார்த்ததும் என்னை இழுத்தனர். எதற்கு இழுக்குகிறீர்கள், படிப்பதற்காக ஒட்டப்பட்டுள்ள சட்டத்தைத்தானே படிக்கிறேன் என்றேன்.

'எல்லாம் படிக்கலாம், படிக்கலாம் வா' என படிக்கட்டுகள் வழியாகவே இரண்டாம் தளத்துக்கு அழைத்துச் செல்லப்பட்டேன்.

எனது கேமரா, பாஸ்போர்ட், உடைமைகள் அங்கிருந்த காவல் துறை அதிகாரிகளிடம் ஒப்படைக்கப்பட்டன. ஃபைலை வேறு எங்கோ எடுத்துச் சென்றனர் அழைத்து வந்திருந்த டிஐடி அதிகாரிகள்.

அங்கிருந்த அதிகாரி ஒருவர் என்னைத் தயாராகும்படிச் சொன்னார்.

'எங்கே?' என்றேன்.

அடுத்தக்கட்ட விசாரணைக்கு என்றார்கள்.

இதுதான் நான்காவது மாடி விசாரணை அல்லது டிஐடி விசாரணை என்று அழைக்கப்படுகிறது. ஏழு மணி போல விசாரணை தொடங்கியது.

'உங்கள் பெயர்?'

'தமிழ்ப் பிரபாகரன்.'

'எத்தனை முறை இலங்கைக்கு வந்திருக்கிறீர்கள்?'

'இது இரண்டாவது முறை.'

'இங்க பாரு, எதையும் மறைக்காம சொல்லிட்டனா உனக்கு நல்லம்' என்றவரின் தொனி மாறியது.

'இதுக்கு முன்னாடி எப்ப வந்திருக்க?'

'13 நவம்பர் 2012.'

'எத்தனை நாள் இருந்த?'

'25 நாள்கள்.'

'தேதிய சொல்லு.'

'நவம்பர் 13 முதல் டிசம்பர் 7 வரை'

'எதுக்காக வந்த?'

'சுற்றுலாவுக்காக வந்தேன்'

'எந்த ஆண்டு பிறந்த?'

'1991.'

விசாரணைக்கிடையில் வேறொரு அறைக்குக் கொண்டு செல்லப்பட்டேன்.

'இலங்கைக்கு முதல் முறை வந்தியா?'

'ஆமாம்.'

'அப்ப எந்தெந்த இடங்களுக்கு எல்லாம் போன?'

'கொழும்பு, ஹட்டன், யாழ்ப்பாணம், கிளிநொச்சி, முல்லைத்தீவு, மன்னார், திருகோணமலை, மட்டக்களப்பு'

'கொழும்புல எங்கலாம் போன?'

'கல்லி பீச், வெள்ளவெத்தை, மருதானா.'

'ஹட்டன்லாம் எங்கலாம் போன?'

'சில எஸ்டேட்களைப் பார்த்தன், அருவி அவ்வளவுதான்.'

'புதுக்குடியிருப்பு, நந்திக்கடல் போனீயா? அங்க என்ன பாத்த?'

'போர் அருங்காட்சியகம், வெற்றிச்சின்னம், பிரபாகரன் அண்டர் கிரவுண்ட் வீடு, சூசை வீடு.'

'அவ்வளவுதானா? வேற எதாவது?நல்லா யோசிச்சு சொல்லு.'

'காட்டுக்குள்ள இருந்த நீச்சல் குளம்.'

'பிரபாகரன் செத்த இடத்துக்கு போலயா?'

'இல்ல.'

'சரி, கிளிநொச்சியில் எங்க போன?'

'இரணைமடு குளம், கந்தசாமி கோயில், ஆனையிறவு வெற்றிச் சின்னம்.'

'யாழ்ப்பாணத்துல எங்க தங்கியிருந்த?'

'ஹோட்டல், பேரு ஞாபகம் இல்ல.'

'எங்கலாம் போன அங்க?'

'டச்சு கோட்டை, புத்த விகார், நல்லூர் முருகன் கோயில்.'

'திருகோணமலைக்கு எப்படிப் போன?'

'பஸ்லதான்.'

'எந்தெந் இடங்களுக்குலாம் போயிருந்த?'

'ராவணன் வெட்டு, கண்ணியா வெந்நீர் ஊற்று, இரண்டாம் உலகப்போர் நினைவிடம்.'

'மட்டக்களப்புல?'

'பெரிசா எந்த இடங்களுக்கும் போகலை. ஆட்டோல நகரப் பகுதிகள சுத்திப் பார்த்தன்.'

'அப்பறம் எப்ப திரும்பி போன இந்தியாவுக்கு?'

'டிசம்பர் 7.'

'ஏன் முதல் பயணத்தை பற்றி புத்தகம் எழுதன?'

'நான் கண்டவற்றை ஒரு அனுபவமாகப் பகிர்ந்தேன்.'

'நீ எழுதன புத்தக்கத்தோட பேரு?'

'புலித்தடம் தேடி.'

'என்னலாம் எழுதியிருக்க அதுல?'

'என்னுடைய பயண அனுபவங்களைக் கடந்தகால சூழலோடு
சேர்த்து எழுதியிருந்தன்.'

'யார்லாம் பாத்த அப்ப?'

'தனிப்பட்ட ரீதியாக விக்கிரமபாகு கருணரட்னவ கொழும்பில்
சந்தித்தேன். மற்றப்படி நான் யாரையும் தனிப்பட்ட ரீதியாகச்
சந்திக்கவில்லை.'

'அப்படின்னா உனக்கு எழுதுவதற்கான தகவல்கள்லாம் எப்படி
கிடைச்சது?'

'சுற்றுலா பகுதிகள்ல பார்த்த விஷயங்கள், பயணத்தின்போது வழியில்
சந்தித்தவர்களிடம் பேசியது, கடந்தகால சூழலின் ஒப்பீடு.
இப்படிதான் நான் எழுதியிருக்கிறேன்.'

'விக்கிரமபாகு கருணரட்ன எப்படி தெரியும்?'

'அவர் சென்னை வந்திருந்த பொழுது சந்தித்துப் பேட்டி
எடுத்திருக்கிறேன்.'

'அவர் இலங்கைக்கு வர உதவினாரா?'

'இல்லை.'

'சரி சிறீதரன் எம்பி எப்படி தெரியும்?'

'சென்னையில் நடந்த ஒரு கூட்டத்தில் சந்தித்தேன்.'

'சரி நாடு எப்படியிருக்கு?'

'அது ஒவ்வொருவரின் பார்வைக்கும் வேறுபட்டது. நான்
எழுதியதில்லே படிச்சிருப்பிங்களே?'

'அப்படின்னா புலிகள் மீண்டும் வருவார்களா?'

'அப்படி நான் எழுதியதா சொல்லலியே?'

சில நிமிடங்கள் எனது முகத்தை பார்த்தவாறே இருந்தனர். மணி இரவு
பன்னிரெண்டை நெருங்கியது. வாங்கி வந்த கொத்து ரொட்டியைச்
சாப்பிடச் சொன்னார்கள். இல்லை வேண்டாம் என்றேன்.

'இன்னும் விசாரணை இருக்கு, சாப்பிட்டாதான் பேசமுடியும். பிடி சாப்பிடு, சாப்பிடு' என்றார் அந்த விசாரணை அதிகாரி.

'உங்கள் மீது எனக்கு நம்பிக்கை இல்லை. இந்திய அதிகாரிகள் வரட்டும்' என்றேன்.

'அவர்கள் எல்லாம் இப்போது வர மாட்டார்கள். நீ கிளிநொச்சியில (பெட்ரோல் சம்பவம்) நடந்ததையே மனசுல வெச்சுக்கிட்டு பேசாத. நாங்க அப்படிலாம் எதும் செஞ்சற மாட்டம்.'

மௌனமாகவே இருந்தேன்.

ஐந்து நிமிடங்கள் கழித்து அந்த அதிகாரி சாப்பிடத் தொடங்கினார். அதில் ஒரு பாதியை என்னிடம் கொடுத்து 'நானும் இதையேதான் சாப்பிடறன். நீயும் சாப்பிடு' என்றார்.

15 நிமிடங்கள் கழித்து அந்தக் கொத்து ரொட்டியை எடுத்துக் கொண்டேன். 'ரொம்ப உசாரா தான் இருக்க' என்றார் அந்த அதிகாரி.

சாப்பிட்டு முடித்தேன்.

'என்ன போதுமா? இன்னொரு பார்சல் இருக்கு சாப்பிடு.'

'போதும்' என்றேன். கை கழுவிவிட்டு வந்து உட்கார்ந்தேன்.

'உன்ன கொடுமைப்படுத்த வேண்டும் என்றெல்லாம் இல்லை. உனக்கு என் பையன் வயதுதான் ஆகுது. எங்ககிட்ட எதுவா இருந்தாலும் சொல்லு, எந்தப் பிரச்னையும் இல்லை' என்றார்.

'நீங்கள் என்னைப் பையன் மாதிரி நினைக்கவேண்டிய அவசியம் இல்லை. எந்தப் பாரப்பட்சமும் காட்ட வேண்டிய தேவையும் இல்லை. சட்டத்தை மட்டும் பின்பற்றுங்கள். நான் அதற்கான பதில்களை தருகிறேன்'

'ஓ ! அப்படியா? எல்லாம் சட்டப்படி தான நடக்குது?'

'பிறகு ஏன் கிளிநொச்சி நீதிமன்றத்தில் ஆஜர்படுத்துவதாகச் சொல்லிவிட்டு அவசர அவசரமாக கொழும்புக்குக் கூட்டி வந்தீர்கள்?'

'உன்ன பயங்கரவாத தடைச் சட்டத்தின் கீழ கைது செஞ்சிருக்கம். 72 மணி நேரம் கழிச்சு நீதிமன்றத்துல ஒப்படைச்சா போதும்'. ஒவ்வொரு இடமாக மாற்றியபோது விசாரணை, விசாரணை என்றவர்கள், பயங்கரவாத தடைச்சட்டத்தின் கீழ் நான் கைது செய்யப்பட்டிருப்பதை இப்பொழுதுதான் சொன்னார்கள்.

இந்திய குடிமகன் என்பதால் குறைந்தபட்சமாக பேசுவதற்கு இடமளிக்கப்பட்டிருந்தாலும் எனக்கு பயங்கரவாத அடையாளம் சூட்டுவதற்கான முயற்சிகள் தொடர்ந்துக்கொண்டே இருந்தன. மணி இரவு 12.30 ஆகியிருந்தது. மற்றொரு அதிகாரி விசாரணையைத் தொடங்கினார்.

'உங்கள் பெயர்'?

'தமிழ்ப் பிரபாகரன்'

'எத்தனை தடவை இலங்கைக்கு வந்திருக்கிறீர்கள்?'

'இரண்டு முறை.'

'முதல் முறை வந்தது?'

'நவம்பர் 2012.'

'எத்தனை நாள்கள் தங்கனீங்க?'

'25 நாள்கள்.'

'விசா எங்க எடுத்திங்க?'

'சென்னையில்.'

'அதற்கு முன்பு இலங்கைக்கு வந்தது இல்லையா?'

'இல்லை.'

'2012 ல் வந்த பொழுது எங்கலாம் போனீங்க? ஞாபகம் இருக்கா?'

'கொழும்பு, ஹட்டன், யாழ்ப்பாணம், கிளிநொச்சி, முல்லைத்தீவு, மன்னார், திருகோணமலை, மட்டக்களப்பு.'

'யாழ்ப்பாணத்துல எங்கலாம் போயிருக்கீங்க?'

'டச்சு கோட்டை, புத்த விகார், நல்லூர் முருகன் கோயில்.'

'யாழ்ப்பாணத்துல தீவுப்பகுதிகளுக்கு போனீங்களா?'

'இல்லை.'

'ஜாப்னா யூனிவெர்சிட்டி?'

'இல்லை.'

'சரி, கிளிநொச்சியில் போன இடங்களைச் சொல்லுங்கள். இனி ஒவ்வொரு ஊரு பேரா சொல்லுவன், போன இடங்களலாம் சொல்லுங்க?'

'இரணைமடு குளம், கந்தசாமி கோயில், ஆனையிறவு வெற்றிச்சின்னம்.'

'நந்திக்கடல்?'

'போர் அருங்காட்சியகம், வெற்றிச்சின்னம்.'

'பிரபாகரன் வீடு.'

'அது புதுக்குடியிருப்பு தானே?'

'ஹ்ம், அதையும் சேர்த்து சொல்லுங்கள்.'

'பிரபாகரன் வீடு, சூசை வீடு, நீச்சல் குளம்.'

'சென்ற தேதி?'

'தேதி ஞாபகம் இல்லை.'

'மன்னார்?'

'இடங்கள் நினைவில்லை.'

'திருகோணமலை?'

'ராவணன் வெட்டு, கண்ணியா வெந்நீர் ஊற்று, இரண்டாம் உலகப்போர் நினைவிடம்.'

'மட்டக்களப்பு?'

'ஆட்டோவில் நகரப் பகுதிகளைச் சுற்றிப் பார்த்தேன்.'

'எத்தனை நாள் இருந்தீங்க அங்க?'

'ஒரு நாள் என நினைக்கிறேன்.'

'கொழும்பு?'

'கல்லி பீச், மருதானா, வெள்ளவெத்தை.'

'இதைப்பற்றி எல்லாம் புக் எழுதி இருக்கீங்களா?'

'ஆமாம்.'

'யாராவது எழுதச் சொன்னங்களா?'

'இல்லை. என்னுடைய விருப்பத்தில் எழுதினேன்.'

'புக் பேரு?'

'புலித்தடம் தேடி.'

'புலம்பெயர்ந்த தமிழர்கள் வாழக்கூடிய நாடுகளுக்குப் போயிருக்கியா?'

'இல்லை.'

'அவர்களில் யாரையாவது உங்களுக்குத் தெரியுமா?'

'தெரியாது.'

'தமிழ்நாட்டு அரசியல் கட்சிகளோடு உங்கள் தொடர்பு எப்படி?'

'ஒரு பத்திரிகையாளர் என்ற ரீதியிலான தொடர்பு.'

இரவு 2.30 மணியளவில் தூங்குவதற்கு அனுமதிக்கப்பட்டேன். செல்லில் அடைப்பதற்குக் கூட்டிவந்தபோது பேசி வந்த அதிகாரி, ஆறாவது மாடியில் கரும்புலிகளை அடைத்து வைத்திருப்பதாகவும் அவர்கள் போரின் போது கைது செய்யப்பட்டவர்கள், ஆபத்தான வர்கள் என்பதால் இன்னும் வைத்திருக்கிறோம் என்றும் அவராகவே சொல்லி வந்தார்.

பி2 செல்லில் அடைக்கப்பட்டேன். மிகவும் குறுகலான அறை. காலை 6 மணியளவில் செல் கம்பிகளைத் தட்டி குளித்து தயாராகச் சொன்னார்கள். எனக்கு எதிரே ஒரு கைதி. 30 வயதுக்கு குறைவாக இருந்திருக்கும்.

'எந்த ஊர் தம்பி?' என்றார்.

'தமிழ்நாடு,' என்றேன்.

'தமிழ்நாடா? அங்கிருந்து இந்த நரகத்துக்கு ஏன் வந்தீங்க?' என்றவர், தான் ஒரு போராளி என்பதைக் குறிப்பிட்டார். போரின் முடிவுக்குப் பின்னர் ராணுவத்திடம் சரணடையாமல் மெனிக் ஃபார்ம் சென்று, அங்கிருந்து மீள்குடியேற்றப்பட்டு சாதாரண வாழ்க்கையைத் தொடர்ந்துள்ளார். யாரோ ஐந்து ஆண்டுகளுக்குப் பின் காட்டிக் கொடுத்ததாகச் சொன்னார். இப்போது பயங்கரவாதத் தடைச் சட்டத்தின் கீழ் கைது செய்யப்பட்டு விசாரணையின் பெயரில் இங்கு வைக்கப்பட்டுள்ளார்.

'கேமராவில கவனிப்பாங்க தம்பி, இதுக்கு மேல பேசனா தேவையில்லாத பிரச்னை வரும் உங்களுக்கு. குளிக்க துண்டு, சோப் எதாவது வேணுமா?' என்றார்.

'இல்லண்ணே இருக்கு' என கிளிம்பினேன்.

மீண்டும் விசாரணைக்கு அழைத்துச் சென்றனர்.

மூடப்பட்ட கண்ணாடி அறை. மேஜையின் இருபுறமும் தலா மூன்று மர நாற்காலிகள் இருந்தன. அறையின் மூலையில் ஒரு நாற்காலி. 'மொகமத்' என்ற பெயரோடு அறிமுகப்படுத்திக்கொண்டு எனக்கு எதிரே வந்தமர்ந்தார் அந்த அதிகாரி. அவருக்கு அருகில் எழுதுவதற்காக ஒருவர் அமர்ந்திருந்தார். எனக்கு பின்புறம் ஒருவர்

நின்றுகொண்டிருந்தார்.

'உங்கள் பெயர்'?

'தமிழ் பிரபாகரன்.'

'இதற்கு முன்பு இலங்கைக்கு வந்திருக்கிறீர்களா?'

'ஆம்'

'எத்தனை முறை?'

'ஒரு முறை'

'எப்போது?'

'13 நவம்பர் 2012.'

'எத்தனை நாள் இருந்தீங்க?'

'25 நாள்'

'எப்போது திரும்பிப் போனீங்க?'

'டிசம்பர் 7.'

'நீங்கள் பிறந்த ஊர்?'

'சேலம்.'

மால்ட் பிஸ்கட்கள் எடுத்து வந்தனர்.

'நீங்கள் சாப்பிட்டிங்களா?' என்றார்.

'இல்லை' என்றேன்.

'அப்படியென்றால் இந்தாங்கள் எடுத்துக் கொள்ளுங்கோ.'

'இல்லை வேண்டாம்.'

'பிஸ்கட் சாப்பிடுவதில் என்ன தயக்கம்? பிடுங்க, சாப்பிடுங்கோ'

'இல்லை உங்கள் மீது நம்பிக்கை இல்லை.'

'ஏன்?'

'தண்ணீரில் பெட்ரோலை கலந்து கொடுத்திருக்கிங்களே?'

'அப்படியா? எங்க அப்படி நடந்தது?'

' ஜெயபுரம் ஸ்டேஷனில்.'

'அது எதாவது தெரியாமல் நடந்திருக்கும்.'

'தெரியாமல் நடந்ததற்கு ஏன் மெடிகல் சர்டிபிக்கேட் எடுக்காமல் கொழும்புக்கு அழைத்து வந்தீர்கள்?'

'உங்களை விசாரிக்கவேண்டும் என்பதால் சீக்கிரமாக அழைத்து வரச்சொன்னோம். அதை விடுங்கள் இப்போ பிஸ்கட எடுங்க.'

'இல்லை, வேண்டாம்' என்றேன்.

'சரி நான் முதலில் பிரித்துச் சாப்பிடுகிறேன். நீங்களும் எடுத்துக் கொள்ளுங்கள்' என்றார்.

பிஸ்கட் கவரை பிரித்தவர், 'நீங்கள் சீக்கிரமாக நாடு திரும்ப வேண்டும் என்றுதான் இவ்வளவு வேகமாக விசாரணை நடத்துகிறோம்' என்றவர் பிஸ்கட்டைக் கொரித்துக்கொண்டே, 'உங்கள் மேல் எனக்கு எந்த பகையும் இல்லை. உங்கள் ஊர் எனக்குப் பழக்கமான ஊர். சென்னையில்தான் நான் ஒரு மாத காலம் பயிற்சி எடுத்தேன்' என்றார்.

'சாப்பிடுங்க, விசாரிச்சு முடிக்க நேரமெடுக்கும். இன்னும் விசாரிக்க வேண்டியது நெறைய இருக்கு' என்றவர் எனது கையில் ஒரு பிஸ்கட்டைத் திணித்துவிட்டு பாட்டில் தண்ணீரை உடைத்து வைத்தார்.

நான் அமைதியாகப் பார்த்துக்கொண்டிருந்தேன்.

'ஓ! அதையும் குடித்துக்காட்ட வேண்டுமா?' என்று கொஞ்சம் குடித்துவிட்டு வைத்தார்.

நான் பேசாமலிருந்தேன்.

எழுதுவதற்காக உட்கார்ந்திருந்த அதிகாரி, 'நானும் தமிழ்தான். இப்பப் பாருங்கள், நான் நல்ல பதவியில் இருக்கேன். நீங்கள் நினைப்பது போல் இலங்கை அரசு கிடையாது' என்றவரின் கையில் ஒரு படிவம். சிங்களத்தில் மட்டுமே இருந்தது.

தனக்கு தமிழ் தெரியும் என்பதைக் காட்ட எனது பெயரை தமிழில் எழுத முயற்சித்தவரின் எழுத்தில் வார்த்தைகள் அறியாமல் அத்தனை தடுமாற்றம்.

'தம்ழி பராபகருன்' என எழுதி சரியா என்றார்.

'இல்லை.'

'எங்கே, எழுதிக்காட்டுங்க' என்றார்.

'தமிழ்' என நான் எழுதியபோது சிங்களத்தில் பேசி குறுக்கிட்டார் மொகமத் என்ற அதிகாரி.

எழுதுவதை நிறுத்திய நான் அவரைப் பார்த்தேன். எனது முகத்தைப் பார்த்தவாறே சிங்களத்தில் பேசி முடித்தார்.

நான் எதுவும் பேசாமல் பார்த்துக்கொண்டிருந்தேன்.

'ஓ! உங்களுக்குச் சிங்களம் தெரியாதில்ல?' என்றவர் மீண்டும் அவருக்குத் தெரிந்த தமிழில் பேச முயற்சித்தார்.

'நீங்கள் தமிழில் பேசுவதைவிட ஆங்கிலத்தில் பேசுவதே நன்றாகப் புரிகிறது.' என்றேன்.

நழுட்டுச் சிரிப்போடு 'தமிழ் அதிகமாகப் பேச முடியறுதில்லதானே?' என்றவர் தொடர்ந்தார். 'உங்களுக்கு எந்த ஊர் என்று சொன்னீர்கள்?'

'சேலம். சென்னையில் தங்கியிருக்கிறேன்.'

'ஓகே. ஓகே. அதை எழுதி முடியுங்கள்.' என்றார்.

'தமிழ்ப் பிரபாகரன்' என எழுதிக் காட்டினேன்.

'தமிழ் எழுதவேண்டிய தேவை அதிகமில்லாததால் மறந்திருது. நான் பாருங்க ஒரு முஸ்லிம். சிங்களர்கள் என்னை நல்லாதான் வெச்சிருக்காங்க. நீங்கள் பார்ப்பதில்தான் இருக்கிறது. பிஸ்கட்ட சாப்பிடுங்க' என்றார் அந்த விசாரணை அதிகாரி.

ஒரு பிஸ்கட்டை எடுத்துக்கொண்டேன்.

'உங்கள் அப்பா, அம்மாவின் ஊர்?'

'சேலம்.'

'எந்த ஆண்டிலிருந்து?'

'பிறந்தது, வளர்ந்தது, வாழ்வது அனைத்தும் சேலம், அதைச் சுற்றிய பகுதியில்தான்.'

'நீங்கள் வளர்ந்த ஊர் மட்டும்தான் அது என நினைக்கிறேன்?'

'நீங்கள் நினைப்பது எனது பதில் ஆகாதே.'

'இல்லை. உங்கள் பெற்றோர் 1983 கலவரத்தில் தமிழ் நாட்டுக்குக் புலம்பெயர்ந்தவர்கள் என எங்களுக்குத் தகவல் கிடைத்துள்ளது.'

'அப்படியா! என்னிடம் அப்படி எதுவும் தகவல் இல்லை.'

'பிறகு எதற்கு இலங்கைக்கு வந்தீர்கள்?'

'நான் இலங்கைக்கு வந்ததால் இலங்கையைச் சேர்ந்தவனாகி விடுவேனா?'

'பிறகு எதற்கு எங்கள் நாட்டுப் பிரச்னையை நீங்கள் எழுதவேண்டும்?'

'எங்களுக்கு மிக அருகாமையில் உள்ள நாட்டின் பிரச்னை அது.'

'பிரச்னையைதான் நாங்கள் தீர்த்துவிட்டோமே?'

'அப்படியென்றால் அதை எழுதுவதில் என்ன சிக்கல்?'

'ஏன் 40,000 மக்கள் கொல்லப்பட்டதாக உங்கள் கட்டுரையில் எழுதியிருக்கீங்க?' என்றார்.

'அது நான் எழுதலை, ஐ.நா. மனித உரிமைகள் சபையின் அறிக்கை.'

'அப்படியென்றால் இப்பொழுது நீங்கள் இலங்கைக்கு ஐ.நா.வின் வேலைக்காகதான் வந்துள்ளீர்களா?'

'நான் குறிப்பிட்டது ஐ.நா.வின் அறிக்கையை மட்டும்தான். நீங்களாகவே ஐ.நா.வின் வேலைக்காகதான் வந்துள்ளேன் என முடிவெடுத்து கொள்ளாதீர்கள்.'

'இல்லை.நீங்கள் எழுதறதெல்லாம் அப்படிதான் இருக்கு.'

'நடந்தவற்றை எழுதுவதற்கு ஐ.நா. அதிகாரியாக இருக்கவேண்டுமா? கட்டுக்கதைகளாக எழுதவில்லையே. ஆதாரங்களைக் குறிப்பிட்டு தானே எழுதியிருக்கேன்.'

சட்டென்று கோபம் அடைந்தார். 'அப்படியென்றால் உங்கள் நாட்டில் கூடதான் சாதிக்காகக் கொலைகள் நடக்கின்றன. உங்கள் ராணுவம் காஷ்மீர்ல என்ன செய்றாங்க? அதை எல்லாம் எழுத வேண்டியது தானே?' என்றார்.

'நீங்கள் கேட்டதற்கான பதிலைச் சொல்லி இருக்கிறேன். நீங்களாகவே நான் இதை எழுதவில்லை, அதை எழுதவில்லை என முடிவெடுத்துக் கொள்ளாதீர்கள்.'

சில நிமிடங்கள் எதையும் பேசாமல் பார்த்துக்கொண்டே இருந்தார்.

'முகாம்களைப் படம் எடுக்கவா இலங்கை வந்தீங்க?'

'நாடு முந்தைய நாட்களைவிட முன்னேறியுள்ளது. குறை கூறுகிறவர் கள் இலங்கையை இப்போது வந்து பார்த்துவிட்டுப் பேச வேண்டும் என்று உங்கள் ஜனாதிபதி ராஜபக்ஷே அவர்கள்தானே அழைப்பு விடுக்கிறார். பத்திரிகையாளர்களுக்கு சுதந்திரமுள்ளது என்றுதானே சொல்கிறார்? சமூக வாழ்க்கையில் ராணுவமும் இருக்கிறது என்ற அடிப்படையில் சில படங்களை எடுத்தேன்.'

'நீங்கள் ஏன் ஒரு பக்கம் நடந்ததை மட்டும் பார்க்கிறீர்கள்? இந்தப் பக்கம் நடந்ததையும் பார்க்க வேண்டுமல்லவா?'

'அதைப் பார்க்கவேண்டும் என்று வருகிறவர்களைக் கைது செய்கிறீர்கள். சம்பந்தப்பட்டவர்களைச் சந்திப்பது குற்றம் என்கிறீர்கள். மக்கள் வாழக்கூடிய பகுதியில் படம் எடுப்பதைப் பயங்கரவாதத்தோடும் புலிகளோடும் முடிச்சிப்போட்டு பயங்கரவாதியைப் போல் கைது செய்து இருக்கிறீர்கள். நான் ராணுவத்தால் கைது செய்யப்பட்ட விதத்தை எழுதச் சொன்னால் நீ சொல்வதையெல்லாம் எழுதினா நான் ஸ்டேஷனுக்கு வர முடியாதுன்னு சொல்றாங்க உங்க போலீஸ். இதில் என்ன நியாயத்தைக் கடைப்பிடித்திருக்கிறீர்கள்?'

'நீங்கள் சட்டப்படி வந்திருந்தால் நாங்கள் அனுமதித்திருப்போம்.'

'சட்டப்படி தானே உங்கள் நாட்டில் நுழைந்துள்ளேன். அதன்படி தானே எனது பாஸ்போர்ட்டை நீங்கள் வைத்துள்ளீர்கள். உங்கள் நாட்டுக்கு என்று தனியான பத்திரிகையாளர் விசா இல்லையே?'

'விசா தனியே இல்லை என்றாலும் பாதுகாப்புத் துறையில் அனுமதி வாங்கவேண்டும். அப்படி நெறைய வந்து போயிருக்காங்களே?'

'ஒரு பத்திரிகையாளராக இருந்து உங்கள் நாட்டுக்கு வரவேண்டு மென்றால் பாதுகாப்புத் துறைக்குப் போக வேண்டும் என்கிறீர்கள். அப்படியெனில் உங்களுக்கு ஆதரவாக எழுதினால் இது நடந்திருக்காது என்கிறீர்களா ?'

'எங்கள் நாட்டைத் தீவிரவாதிகளிடமிருந்து மீட்டுள்ளோம். அதில் நல்லதுதானே இருக்க முடியும்?' என்று அதட்டலாகக் குரலை உயர்த்தினார்.

'உங்கள் பார்வையே பத்திரிகையாளருக்கும் இருக்கும் என்று சொல்ல முடியாது அல்லவா? நான் எனக்கு நடந்ததைச் சொல்வதே உங்களுக்கு எரிச்சல் தருகிறதே.'

'புலிகள் மீண்டும் வருவார்கள் என்று நினைக்கிறீர்களா?'

' வருவார்கள் என்று நான் சொல்லவில்லையே.'

'உங்கள் ஒத்துழைப்புக்கு நன்றி' என்றார்.

மேலும் இருவர் வந்தனர். எனது கேமராவை எடுத்து வரச் சொன்னார்கள்.

அதிலிருந்த படங்களைப் பரிசோதித்தனர். ராணுவ முகாம்களை மட்டுமே படம் எடுத்தேன் என்பதற்கான ஆதாரங்கள் அதில் இல்லை.

'இது நீங்கள் எடுத்த படங்களா?' என சில படங்களைக் காட்டி அந்த இடங்களைக் கேட்டனர்.

மணி மதியம் 12 யை நெருங்கியிருக்கும். காலையில் தொடங்கிய விசாரணை முடிந்தது. 'நன்றி, உங்கள் நாட்டுத் தூதரக அதிகாரிகள் சந்திக்க வந்துள்ளனர்' என்ற தகவலைக் கொடுத்துவிட்டுக் கிளம்பிச் சென்றனர்.

மூன்று இந்திய அதிகாரிகள் உள்ளே நுழைந்தனர். கை கொடுத்துவிட்டு வந்தமர்ந்தார்கள்.

அவர்கள் பேசத் தொடங்கியபோது ஒரு டீஐடி அதிகாரி, 'நானும் இருக்கலாமா ?' என்றார்.

'கண்டிப்பாக வாங்க' என்றார் ஓர் இந்திய அதிகாரி. அந்த அறையின் மூலையிலிருந்த நாற்காலியில் அமர்ந்து கொண்டார் டீஐடி அதிகாரி.

'உங்கள் பெயர் தமிழ்ப் பிரபாகரன் தானே?'

'ஆமாம்.'

'கைது எப்படி நடந்தது?'

'வலைப்பாடு கடற்கரையோரம் இருந்தபோது, ராணுவத்தினர் சுற்றி வளைத்துக் கைது செய்தனர். அதன் பிறகு ஜெயபுரம் ஸ்டேஷனுக்குக் கொண்டு வந்து, அன்று இரவு கிளிநொச்சி ஸ்டேஷனுக்கு மாற்றினர். கிளிநொச்சி நீதிமன்றத்துக்குக் கொண்டுசெல்வதாகச் சொன்னவர்கள் டீஐடியிடம் ஒப்படைத்தனர். அவர்கள் என்னை கொழும்பு கொண்டு வந்தனர். வேனில் அழைத்து வந்த டீஐடியினர் மிரட்டும் விதத்தில் நடந்துகொண்டனர்.'

'வேற எதாவது சொல்லணுமா?'

'ஜெயபுரம் ஸ்டேஷனில் பெட்ரோல் கலந்த தண்ணீரைக் குடிப்பதற்குக் கொடுத்தனர்.'

'இதை நாங்கள் கவனத்தில் எடுத்துக்கொள்கிறோம்.'

எனது வீட்டுக்குத் தகவல் கொடுக்க இன்னும் அனுமதிக்கவில்லை என்பதையும் குறிப்பிட்டேன். டீஐடி அதிகாரிகளிடம் சொல்கிறோம் என்றனர். இந்திய அதிகாரிகளுடனான சந்திப்பு 15 நிமிடங்கள் நடந்திருக்கும்.

சந்திப்பின் முடிவில், 'மனதைத் தளரவிடாதீர்கள். நம்பிக்கையோடு அணுகுங்கள். நாங்கள் பேசிக் கொண்டிருக்கிறோம்' என்றனர் இந்திய அதிகாரிகள். Be Brave (தைரியமாக இருங்கள்) எனக் கடந்தார் ஓர் அதிகாரி.

அடுத்ததாக பயங்கரவாத விசாரணைப் பிரிவின் தலைமை அதிகாரி பிரசன்னா டி அல்வீஸிடம் அழைத்துச் செல்லப்பட்டேன்.

அவர் அறையில் கொண்டு செல்லப்பட்டு நிறுத்தி வைக்கப்பட்டேன். அவர் போனில் பேசிக்கொண்டிருந்தார்.

'புலித்தடம் தேடி' தொகுப்பின் ஆங்கில மொழியாக்கம் அவர் மேஜையில் இருந்தது.

'உட்காருங்கள்' என்றார்.

உட்கார்ந்தேன். முன்பு விசாரித்த அதிகாரிகளை வெளியே இருக்கச் சொன்னார்.

'இந்த விசாரணைகளால் நீங்கள் பயப்படவேண்டாம். சட்டப்படிதான் எல்லாம் நடக்கிறது. விசாரணையில் ஏதாவது அசௌகரியம் இருந்ததா?'

'நீதிமன்றத்தில் எப்போது ஆஜர்படுத்துவீர்கள்?'

'அதற்குதான் விசாரணை நடந்துகொண்டிருக்கிறது.'

'நான் சொல்லியவற்றில் சந்தேகம் இருந்தால், எனது எழுத்துகளை நீங்கள் பார்க்கலாம்'

தலையாட்டிவிட்டு 'புலித்தடம் தேடி' ஆங்கில மொழியாக்கத்தைப் புரட்டினார்.

'சரி வெளியே இருங்கள், கூப்பிடுகிறேன்' என்றார்.

அவருடைய அறையில் இருந்து வெளியே வரும்பொழுது, 'எனது வீட்டில் தகவல் தெரிவிப்பதற்கான அனுமதியை நீங்கள் இன்னும் தரவில்லை. நான் எனது வீட்டுக்குப் பேசவேண்டும்' என்றேன்.

'உங்கள் நாட்டு அதிகாரிகளுக்குத் தகவல் கொடுத்துவிட்டோம். அவர்கள் கொடுத்துவிடுவார்கள்' என்றார்.

உங்கள் சட்டப்படிதான், 'நான் வீட்டில் தகவல் சொல்வதற்கான அனுமதியைக் கேட்கிறேன்' என்றேன்.

'இருங்கள், கூப்பிடுகிறேன்' என்றார்.

'தகவல் சொல்லிவிட்டு சீக்கிரம் வையுங்கள்' என்ற நிபந்தனையுடன் மாலை 4 மணியளவில் பேசுவதற்கு அனுமதி அளித்தனர். அம்மாவின் குரலில் 3 நாட்கள் நான் பேசாத வாட்டமும் இத்தனைக் கொடுமைகள் நிகழ்ந்த நாட்டின் பிடியில் உள்ளேன் என்ற வேதனையும் தெரிந்தது.

'நான் நல்லாயிருக்கேன். பயப்படவேண்டாம். இந்திய அதிகாரிகள் வந்து பார்த்துச் சென்றனர்' என்பதைச் சொல்லிவிட்டு வைத்தேன்.

சட்டத்தின்படிதான் எல்லாம் நடக்கிறது என்று டிஐடி அதிகாரிகள் திரும்பத் திரும்பச் சொல்கின்றனர். வடக்கிலும் கிழக்கிலும் 30 ஆண்டுகளுக்கு மேலாக நிகழ்ந்த படுகொலைகளையும் 2009ல் நிகழ்ந்த படுகொலைகளையும்கூட இவர்கள் சட்டத்தின்படியும் நாட்டின் பாதுகாப்புக்காகவும்தான் என்று சொல்லி, நியாயப்படுத்திக்கொண்டு வருவது நினைவுக்கு வந்தது.

மீண்டும் விசாரணை ஆரம்பம். நேற்றிரவு போலவே விசாரணையைத் தொடங்கினார். எனது புத்தகத்தைப் பற்றிய இணையச் செய்திகள், புத்தக வெளியீடு பற்றி சிங்கள பத்திரிகையில் வந்த செய்தி ஆகிய வற்றைக் காட்டினார். மின்னஞ்சலில் அனுப்பப்பட்டிருந்த அவற்றின் பிரிண்ட் அவுட்டை என்னிடம் காட்டினார். nazeermd57@gmail.com என்ற மின்னஞ்சலிலிருந்து அத்தகவல்கள் வந்திருந்தன.

டுயன் சுரேஷ் சல்லே (Tuan Suresh Sallay) என்பவர் அனுப்பியிருந்தார். அவர் இலங்கை ராணுவப் புலனாய்வுத் துறையின் தலைமை அதிகாரி. சமீப நாள்களாக வடக்குப் பகுதியில் நடந்துவரும் வாள் வெட்டு, மிரட்டல், கொள்ளைச் சம்பவங்கள் 'ஆவா குழு' என்ற பெயரில் நிகழ்த்தப்படுகிறது. இலங்கை சுகாதார அமைச்சர் ரஜித சேனரத்னே, ஆவா குழு உருவாக்கத்துக்கு முன்னாள் பாதுகாப்புத் துறை செயலாளர் கோத்தபாய ராஜபக்ஷேவே காரணம் என்கிறார். அதிலும் தொடர்புடையவராகப் பார்க்கப்படுகிறார் சுரேஷ் சல்லே. அதோடு கொலை செய்யப்பட்ட பத்திரிகையாளர் லசந்த விக்கிரமதுங்க, காணாமல் போன பத்திரிகையாளர் பிரகீத் எக்னெலிகொட விசாரணையைக் குழப்புவதாகவும் தகவல் தர மறுப்பதாகவும் அவர்மீது குற்றச்சாட்டுகள் உள்ளன. இந்தச் சூழலில் அவர் கடந்த நவம்பர் 2016 ராணுவப் புலனாய்வுத் துறையின் தலைமையிலிருந்து நீக்கப்பட்டுள்ளார்.

சுரேஷ் சல்லே அனுப்பியிருந்த மின்னஞ்சலைக் காட்டி, உன்னைச் சார்ந்த தகவல்கள்தானா? என்று கேட்டார் விசாரணை அதிகாரி.

'ஆமாம்' என்றேன்.

'எத்தனை முறை இலங்கைக்கு வந்திருக்க?'

'இதையே தானே நேற்று நீங்கள் கேட்டீர்கள்?'

'பரவாயில்ல, இன்னொரு தடவ சொல்லு.எத்தனை தடவ இலங்கைக்கு வந்திருக்க?'

'இரண்டு முறை'

'இதுக்கு முன்னர் எப்ப வந்த?'

'13 நவம்பர் 2012.'

'எத்தனை நாள் இருந்த?'

'25 நாள்கள்.'

'திரும்பி போன டேட்?'

'7 டிசம்பர் 2012.'

'எதற்கு வந்த?'

'சுற்றுலாவுக்கு.'

'2012ல தான் இலங்கைக்கு முத முறை வந்தியா?'

'ஆமாம்.'

'எந்தெந்த இடங்கள் பாத்த?'

'கொழும்பு, யாழ்ப்பாணம், கிளிநொச்சி, முல்லைத்தீவு, ஹட்டன், திருகோணமலை, மட்டக்களப்பு, மன்னார்.'

'பிரண்ட்ஸ் யாராவது கூட வந்தாங்களா?'

'இல்ல.'

'நீ ஒருத்தன் மட்டும்தான் வந்தியா?'

'ஆமாம்.'

'சரி, போன இடங்களில் எல்லாம் எங்க தங்குன?'

'ஹோட்டல்லதான்.'

'கொழும்புல?'

'கொழும்பு ரயில் நிலையத்துக்கு பக்கத்திலிருந்த ஹோட்டல்.'

'கொழும்புல எங்கலாம் போன?'

'கல்லி பீச், வெள்ளவெத்தை, மருதானா.'

'யாழ்ப்பாணத்துல வீட்ல தங்குனியா?'

'இல்ல. ஹோட்டல்தான்.'

'என்ன ஹோட்டல்?'

'பேரு ஞாபகம் இல்ல.'

இப்படி மீண்டும் மீண்டும் அதே கேள்விகள். அவர்களின் நோக்கம் வேறு பதில்கள் ஏதேனும் கிடைக்குமா என்பதுதான்.

நானும் மீண்டும் மீண்டும் அதே பதில்களைத் தந்துகொண்டிருந்தேன்.

'உன்ன ரா அதிகாரின்னு சந்தேகப்பட்டா என்ன செய்வ?'

'நீங்கள் நினைப்பதற்கு நான் என்ன செய்யமுடியும்?'

எனது மின்னஞ்சல் முகவரியைக் கேட்டார். லேப்டாப் கொடுத்து மின்னஞ்சலைத் திறக்கச் சொன்னார்.

திறந்தேன்.

'இது தான் உன் மெயிலா?'

'ஆமாம்'

'மெயில் அதிகமா காணமே? உன் மெயில் தானா?'

'என்னுடையதுதான்' என்றேன்.

இன்னொரு அதிகாரி வந்தார். நான் இப்போது சொல்லிய பதில்களைப் பார்த்தார்.

கொஞ்சம் நேரம் எதுவும் பேசாமல் பார்த்துக் கொண்டிருந்தனர்.

'சரி, தூங்கு' என்றனர்.

'மெயில குளோஸ் செய்யுங்க' என்றேன்.

'கிளோஸ் செஞ்சிட்டம்' என வெளியே சென்றுவிட்டனர்.

வேறு ஒரு அதிகாரி வந்தார்.

இரவு 9.30 மணியை எட்டியிருந்தது.

'விசாரணை முடிஞ்சது, படு' என்றார்.

இப்போது செல்லில் அடைக்கவில்லை. மாறாக கையில் விலங்கிட்டு, டீஐடியின் நிர்வாக அறையிலேயே படுக்கச் சொன்னார். மேஜையில் விலங்கின் இன்னொரு முனையை லாக் செய்தனர். கீழே பழைய பேப்பர்களை விரித்துவிட்டு படு என்றனர். அடுத்த நாள் காலை வரை ஒரே நிலையில்தான் படுத்திருந்தேன்.

மேஜையில் லாக் செய்யப்பட்டிருந்ததால் எந்தப் பக்கமும் திரும்பிப் படுக்க முடியவில்லை. காவலுக்காக ஓர் அதிகாரி அமர்ந்திருந்தார்.

ஏழு மணி போல எழுப்பினர். அவர்கள் கட்டுப்பாட்டில் நான்காவது நாள் எனக்கு விடிந்தது.

எட்டு மணி போல மீண்டும் டீஐடியின் தலைமை அதிகாரி பிரசன்னா டி அல்வீஸின் அறைக்கு அழைத்துச் செல்லப்பட்டேன்.

மூன்று நாள்கள் நடத்தப்பட்ட விசாரணைகளின் அறிக்கையும் 'புலித்தடம் தேடி'யின் ஆங்கில மொழிபெயர்ப்பும் அவரது மேஜையின் மேல் இருந்தன.

'இலங்கை நீங்கள் நினைப்பது போன்ற நாடு கிடையாது, யாரும் இங்கு வந்து போகலாம். இப்போது நிலைமை அமைதியாக உள்ளது. உங்களுக்கு ஏற்பட்ட சிரமத்தைத் தவறாக எடுத்துக்கொள்ள வேண்டாம்' என்றார்.

'உட்சபட்ச சிரமங்களை எல்லாம் கொடுத்துவிட்டு மனதில் வைத்துக் கொள்ளவேண்டாம் என்கிறீர்கள்.'

'உங்களுக்கு ஏற்படுத்தப்பட்டது கடுமையான சிரமங்கள்தான். ஆனால் எங்களுக்கு வேறு வழியில்லை. அவற்றை மறந்துவிடுங்கள்' என்றார்.

நான் எதுவும் பேசவில்லை.

'மறுபடியும் கூப்பிடுகிறேன். நீங்கள் வெளியே இருங்கள்' என அவர் கூற நான் வேறொரு அறைக்கு அழைத்துச் செல்லப்பட்டேன். என்னை விசாரித்த அதிகாரிகள் சிலர் நான் உட்கார வைக்கப்பட்ட அறையில் இருந்தனர். அங்குள்ள ஒரு நாளிதழில் 'தமிழக முதல்வர் ஜெயலலிதா இலங்கை மீனவர் படகில் மீனைத் திருடுவதை போன்ற கார்ட்டூன்' போடப்பட்டிருந்தது. அவற்றை பார்த்து சிங்களத்தில் ஏதோ பேசிக்கொண்டிருந்தனர்.

காலை 11 மணி நெருங்கியபோது, 'கிளம்புங்கள் போலாம்' என்றார் என்னை விசாரணை செய்த அதிகாரிகளில் ஒருவர்.

'எங்கே?'

'விசாரணை முடிந்துவிட்டது, கோர்ட்டுக்கு போனால்தான் உன்னை விடுதலை செய்யமுடியும்.'

டீஜீடி தலைமை அலுவலகத்திலிருந்து கிளம்பியபோது கேமராவும் மற்ற உடைமைகளும் மீண்டும் கொடுக்கப்பட்டன. கேமராவில் இருந்த படங்கள், காணொலிகளை அழித்துவிட்டு சில படங்களை எடுத்துப் பார்த்தனர்.

நான் கைது செய்யப்பட்டு 72 மணி நேரங்களுக்கு மேல் ஆகியிருந்தது.

மாடியிலிருந்து கீழே அழைத்துவரப்பட்டேன். விசாரணை செய்த அதிகாரிகளில் ஒருவர் ஃபைலுடன் கூடவே வந்தார். அவரோடு வேறு சில அதிகாரிகளும் வந்தனர். ஒரு வேனில் என்னை ஏற்றினர். அவர்களும் ஏறிக்கொண்டனர்.

மருத்துவமனை ஒன்றுக்கு அழைத்துச் செல்லப்பட்டேன். கைது செய்யப்பட்டபோதே வாங்க வேண்டிய மருத்துவப் பரிசோதனை சான்றிதழை, கோர்ட்டில் ஆஜர்படுத்துவதற்கு முன்பாக எடுக்கக் கூட்டி வந்தனர். எனது பத்து விரல்களின் ரேகைகளையும் எடுத்துக் கொண்டனர்.

'தேவையில்லாமல் எதையும் சொல்லவேண்டாம்' என்றார் உடன் வந்திருந்த டிஐடி அதிகாரி.

கைது பற்றி மருத்துவரிடம் சொன்னார் டிஐடி அதிகாரி. என்னை உட்காரச் சொன்னார் மருத்துவர். அந்த அதிகாரி எனக்குப் பின்புறம் நின்றுகொண்டிருந்தார்.

'உடல்ரீதியாக ஏதாவது அசௌகரியமாக உணர்கிறீர்களா?'

'இல்லை. ஆனால் ஜெயபுரம் ஸ்டேஷனில் பெட்ரோல் கலந்த தண்ணீர் கொடுத்தார்கள்.'

டிஐடி அதிகாரியைப் பார்த்த மருத்துவர் அவரை வெளியில் நிற்கச் சொன்னார்.

'அத குடிச்சிட்டீங்களா?'

'வாயில் ஊற்றியதும் எரிச்சலாக இருந்தது. சில துளிகள் குடிச்சிருப்பேன். உடனே துப்பிவிட்டேன்.'

'அதற்குப் பிறகு வயிற்றில் எதாவது எரிச்சல் உள்ளதா?'

'இதுவரை அப்படி எதுவும் இல்லை. தொண்டை மட்டும் கொஞ்ச நேரம் எரிச்சலாக இருந்தது.'

'எதாவது அடித்துத் துன்புறுத்தினார்களா?'

'இல்லை'

'சரியாகத் தூங்க அனுமதித்தார்களா?'

'இல்லை.'

சட்டையைக் கழட்டச் சொல்லி அடித்திருக்கிறார்களா எனப் பார்த்தார்.

'உடல்ரீதியாக எதுவும் தாக்கவில்லை தானே?'

'இல்லை.'

'பெட்ரோல் வாயில் பட்டதால் எரிச்சல் இருந்திருக்கும். அதை நீங்கள் யோசிக்கத் தேவையில்லை' என்றார் மருத்துவர்.

பின்னர் கொழும்பு மேஜிஸ்டிரேட் கோர்ட்டுக்கு அழைத்துச் செல்லப் பட்டேன்.

என்னை நீதிபதியிடம் அழைத்துச் செல்வதற்கு முன்னர், டீஐடி அதிகாரிகள் நீதிபதியைத் தனி அறையில் சந்தித்து வந்தனர். அவர்கள் வைத்திருந்த ஃபைலில் கையெழுத்து போடச் சொன்னார்கள். எல்லாம் சிங்களத்திலேயே இருந்தது.

'இதில் என்ன எழுதியிருக்கு?' என்றேன். கையெழுத்துப் போடு, டைம் ஆகுது, உனக்கு எந்தப் பிரச்னையும் இல்ல என கையெழுத்துப் போட வைத்தனர்.

பின்னர் நீதிபதியிடம் அழைத்துச் செல்லப்பட்டேன். 'விடுதலை' எனக் கூறிவிட்டு நீதிபதி கையெழுத்திட்டார். இந்தியாவுக்குத் திரும்புவதற் கான தடையும் நீக்கப்பட்டது.

வழக்கு விவரங்களின் நகலை டீஐடியினரும் கேட்டேன். 'அதெலாம் தர முடியாது' எனக் கூறிவிட்டனர். அடுத்த ஒரு மணிநேரத்தில் குடிவரவுத் துறையிடம் (இமிகிரேஷன்) என்னை ஒப்படைத்தனர். குடிவரவுத் துறை அதிகாரிகள் விமான டிக்கெட் தொடர்பாகக் கேட்டனர். விடுதலை செய்யப்பட்ட டிசம்பர் 28 சனிக்கிழமை என்பதால் இன்று டிக்கட் இல்லை, திங்கள் கிழமை வரை தடுப்புமுகாமில்தான் இருக்க வேண்டும் என்றனர்.

உடனடியாக நண்பர்களை அழைத்து விமான டிக்கெட்டுக்கான ஏற்பாட்டைச் செய்தேன். மாலை 6 மணிக்கு சிறீலங்கன் ஏர்லைன்ஸில் இடம் உறுதி செய்யப்பட்டது. மூன்று மணி நேரமே விமானத்துக்கு இருந்த நேரத்தில் வேக வேகமாக கொழும்பு விமான நிலையத்துக்குக் கொண்டு செல்லப்பட்டேன். உடன் ஓர் அதிகாரி மட்டும் இருந்தார்.

அங்குள்ள குடிவரவு அதிகாரிகளிடம் பாஸ்போர்ட் ஒப்படைக்கப் பட்டது. இலங்கையிலிருந்து வெளியேற்றப்படுவதற்கான சில குத்தி பாஸ்போர்ட்டைக் கொடுத்தனர்.

ஏதோ ஒரு பெரிய வலையில் சிக்கி விடுபட்டது போன்ற உணர்வு எனக்குள்ளே ஏற்பட்டது.

சென்னையை வந்தடைந்தேன். விமானத்தில் இருந்து வெளியே வந்ததும் மூவர் எனக்காக காத்துக்கொண்டிருந்தனர். அதில் ஒருவரின் கையில் என்னுடைய புகைப்படமும் இருந்தது.

அருகில் வந்தவர், 'நீங்கள்தானே தமிழ்ப் பிரபாகரன்?' என கைக் கொடுத்தார்.

'வாங்க, வாங்க' என ஓர் அறைக்குள் அழைத்துச் சென்றனர்.

இந்திய உளவுத் துறை, தமிழக கிழு பிரிவு என பெரும் அதிகாரிகள் கூட்டம் அந்த அறையில் இருந்தது.

'சரி, அங்க நடந்த சம்பவங்களப் பற்றி சொல்லுங்க' என்றனர்.

ஓர் அதிகாரி, 'உங்க குடும்பத்துல யாராவது இலங்கையைச் சேர்ந்தவங்க இருக்காங்களா?' என்றார்.

'இல்லை' என்றேன்.

நடந்த விசாரணையையும் அங்கே நடைபெற்ற சம்பவங்களையும் குறிப்பிட்டேன்.

ஒரு மணி நேரத்துக்குப் பின்பு வெளியே செல்ல அனுமதிக்கப் பட்டேன். எனது லக்கேஜை உளவுத் துறை அதிகாரிகளே எடுத்துக் கொண்டு வந்தனர்.

அப்போது ஓர் அதிகாரி, 'சார் மீடியாலாம் காத்துக்கிட்டு இருக்கு. எங்ககிட்ட சொன்னதுதான் மீடியா கிட்டயும் சொல்லுவீங்களா? இல்ல...' என்று இழுத்தார்.

'நீங்களும் நின்று கேளுங்கள்' என்றேன். அதற்குள் நுழைவாயிலை அடைந்தோம். நண்பர்களும் சிலரும் வந்திருந்தனர். ஊடகங்கள் காத்துக்கொண்டிருந்தன.

லண்டன் ஹீத்ரோ விமான நிலையத்தில் நான் தடுத்து வைக்கப் பட்டிருந்த அறைக்கு வந்த அந்நாட்டின் இரு அதிகாரிகள், உங்களை விசாரிக்க வேண்டும் என என்முன் வந்தமர்ந்தனர்.

'சொல்லுங்கள்' என்றேன்.

'நீங்கள் இலங்கையில் கைது செய்யப்பட்டிருக்கீங்களா?'

'ஆமாம். விசாவின் போதே அதற்கான ஆவணங்களைக் கொடுத்திருக் கிறேன் என அந்த ஆவணங்களைக் காட்டினேன்'

'சரி எதற்காக கைது செய்யப்பட்டீர்கள்?'

'ராணுவ முகாம்களைப் படம் எடுத்தேன் என்ற குற்றச்சாட்டில் கைது செய்தனர்.'

'இப்போது லண்டன் வந்திருப்பதற்கான காரணம்?'

'நில அபகரிப்பு தொடர்பான மாநாட்டில் என்னுடைய ஆவணப்படம் வெளியிடப்பட இருக்கிறது. அதற்காக வந்துள்ளேன்'

'உங்கள் ஆவணப்படத்தின் பெயர்?'

'இந்த நிலம் ராணுவத்துக்குச் சொந்தமானது '

'ஆவணப்படத்தை நாங்கள் பார்க்கலாமா'

ஆவணப்படத்தினை பார்த்துவிட்டு, 'ஓகே, இதுதான் இங்கு வெளியிடப்படுகிறதா?' என்றனர்.

'ஆமாம்.'

'இலங்கை தொடர்பான இங்கிலாந்து பிரதமர் டேவிட் கேமரூன் செயல்பாடுகளை எப்படிப் பார்க்கறீங்க?'

'காமென்வெல்த் மாநாட்டின்போது இலங்கையின் வடக்கில் அவர் மேற்கொண்ட பயணம், சில உண்மைகளை வெளியில் கொண்டுள்ளது' என்றேன்.

'ஓகே. உங்கள் ஃபோனைத் தாங்க.'

சில நிமிடங்கள் போனை பார்த்துவிட்டுக் கொடுத்தார்.

'சரி நீங்கள் போகலாம்' என லண்டனுக்குள் செல்ல அனுமதி அளித்தார்.

விமான நிலைய வாசலில் இறங்கி வந்துவிட்டேன். விசாரணை செய்த அதிகாரி ஓடிவந்தார்.

'மன்னித்துக் கொள்ளுங்கள், உங்களைத் தடுத்து வைத்ததற்கான ஆவணத்தைக் கொடுக்க மறந்துவிட்டேன்' என்று அதைக் கொடுத்தார்.

'நன்றி' என்றேன்.

'உங்கள் ஆவணப்படத்துக்கு வாழ்த்துகள்' என்று கை கொடுத்துவிட்டு விலகினார் அந்த அதிகாரி.

ஒரு மாத லண்டன் பயணத்துக்குப் பின் எனது ஊருக்குச் சென்றிருந்தேன். நக்சல் ஒழிப்புப் பிரிவைச் சேர்ந்த ஒரு அதிகாரியும், கியூ பிரிவைச் சேர்ந்த பெண் அதிகாரி ஒருவரும் ஆவணப்படம் தொடர்பாக விசாரிப்பதற்கு வீட்டுக்கு வந்திருந்தார்கள்.

அறிக்கைகள்

Committee to Protect Journalists, New York

Indian journalist arrested in Sri Lanka

New York, December 27, 2013 — The Committee to Protect Journalists today called for the immediate release of an Indian journalist and filmmaker who was arrested in Sri Lanka on Wednesday while allegedly filming and photographing a military base.

Tamil Prabhakaran was arrested by Sri Lankan security forces in the northern Kilinochchi district and is undergoing an investigation by the island nation's Terrorist Investigation Department on charges of violating visa regulations and taking pictures of a military installation, The New Indian Express reported.

Sri Lankan officials were cited in news reports as saying Prabhakaran arrived in Sri Lanka on a visitor or tourist visa but was seen interviewing pro-Liberation Tigers of Tamil Eelam (LTTE) politicians and taking photographs of army check points and military installations.

Sri Lankan parliamentarian S. Sritharan, who was accompanying Prabhakaran, told The Times of Indiathat they had not gone to military installations and that these could not be filmed in any case, as the sites are not accessible. He said the journalist was manhandled and threatened by the security forces.

Prabhakaran, who is a contributor to Junior Vikatan, a Chennai based Tamil-language magazine, was working on a documentary about the plight of Sri Lanka's Tamil population, according to international news reports.'Sri Lankan President Mahinda Rajapaksa continually insists that his administration has nothing to hide, yet time and time again, we see authorities harass and intimidate journalists in an effort to prevent them from doing their work,' said CPJ Executive Director Joel Simon. "Sri Lanka should release Tamil Prabhakaran immediately.'

The Indian mission in Colombo is seeking access to the journalist, reports said.

Last month, Sri Lanka detained two visiting journalists just days before the start of the Common wealth Heads of Government Meeting. Sri Lanka has come under criticism by the international community for its systematic harassment of journalists.

•

SRI LANKA: SUPPRESSING CALLS FOR JUSTICE

Amnesty International : 2014 Report

The Sri Lankan authorities do not easily grant visas for people openly engaging in what they consider to be political or human rights related work and have harassed and questioned Sri Lankans who meet with such visitors. The Government imposes restrictions on activities it permits visitors arriving on tourist visas to engage in, including specifically barring participation in civil society gatherings and particularly those related to politics and journalism.

An Indian journalist, Tamil Prabhakaran, was detained for 3 days and interrogated by TID, who claimed he had taken pictures of military installations an accusation Prabhakaran denied and had interviewed Tamil politicians when he was on a tourist visa. TID eventually determined that the journalist was not a threat and deported him from Sri Lanka on 28 December 2013. Prabhakaran claimed he was psychologically tortured in detention, including being given petrol when he asked for water.

செ‌ன்னை பத்திரிகையாளர் மன்றம்

'மகா. தமிழ்ப் பிரபாகரன் விகடன் குழுமத்தின் 2011-12 ம் ஆண்டின் மாணவ பத்திரிகையாளராக தெரிவு செய்யப்பட்டவர். சிறந்த மாணவர் பத்திரிகையாளர் என்றும் தேர்வானவர். விகடன் மாணவர் பத்திரிகை யாளர் பயிற்சி முடிந்தவுடன் விகடன் உட்பட பல்வேறு இதழ்களில் சுதந்திர செய்தியாளராக பணியாற்றி வந்தவர். தமிழ் பிரபாகரன், கடந்த 2012 ம் ஆண்டு இலங்கைக்கு சென்று வந்து இலங்கை தமிழ் மக்களின் நிலை பற்றி ஜூனியர் விகடன் இதழில் தொடர் எழுதினார், அந்த தொடர் தனி புத்தகமாகவும் வெளிவந்தது. தற்போது மீண்டும் இலங்கை சென்ற அவர் இலங்கை நாடாளுமன்ற உறுப்பினர் சிரிதரன் மற்றும் பசுபதிபிள்ளை ஆகியோருடன் கிளிநொச்சி பகுதியில் உள்ள தமிழ் மக்களை சந்திக்க சென்றுள்ளார். வலைப்பேடு கிராமத்திற்கு சென்றபோது அவரை தனது கட்டுப்பாட்டில் எடுத்துக்கொண்டுள்ளது இலங்கை ராணுவம். சிரிதரன் மற்றும் பசுபதி பிள்ளை ஆகியோர் விடுவிக்கப்பட்ட நிலையில் தமிழ் பிரபாகரன் மட்டும் ராணுவத்தின் பிடியில் வைதுக்கொள்ளப்பட்டுள்ளார் என்று ஊடக செய்திகள் தெரிவிக்கின்றன. மேலும், பயங்கரவாத தடுப்பு குற்ற புலனாய்வு பிரிவினரால அவர் விசாரணைக்கு உள்ளாக்கப்பட்டுள்ளார் என்றும் தகவல்கள் தெரிவிக்கின்றன. எனவே, தாங்கள் இதில் தலையிட்டு ராஜாங்க ரீதியில் தமிழ் பிரபாகரன் பத்திரமாக விடுதலை செய்யப்பட நடவடிக்கை எடுக்க வேண்டும் என்று கேட்டு கொள்கிறோம்' என இவ்வாறு அதில் தெரிவிக்கப் பட்டுள்ளது.

●

மாற்றத்திற்கான ஊடகவியலாளர்கள் மையம்

இலங்கையில் கைது செய்யப்பட்டுள்ள தமிழ் பத்திரிகையாளர் மகா.தமிழ் பிரபாகரனை விடுதலை செய்ய மத்திய மாநில அரசுகள் விரைந்து நடவடிக்கை எடுக்க வேண்டும்.

தமிழ் பத்திரிகையாளர் மகா.தமிழ் பிரபாகரன் இலங்கை ராணுவத்தால் கைது செய்யப்பட்டுள்ளார். இலங்கையில் நடைபெறும் மனித உரிமை

மீறல்களை அம்பலப்படுத்துவதற்காக சுற்றுலா விசாவில் இலங்கை சென்ற அவர், அங்கு உள்ள ராணுவ முகாம்களை படமெடுத்ததாக கூறி கைது செய்யப்பட்டுள்ளார். மகா.தமிழ் பிரபாகரன் சுற்றுலா விசாவில் சென்றிருந்த போதும் அவர் ஒரு பத்திரிகையாளரே. அவர் எடுத்த படங்களும், சேகரித்த செய்திகளும் இலங்கையில் நடைபெற்ற மனித உரிமை மீறலை அம்பலப்படுத்துவதற்காகவே.

எனவே ஒரு பத்திரிகையாளராக அவரது கடமையை செய்ய அவர் சுற்றுலா விசாவில் சென்றுள்ளார். சுற்றுலா விசாவில் வருபவர்கள் இதுபோன்ற இடங்களை படம் பிடிக்கக்கூடாது என்கிற இலங்கையின் வாதத்தை நாம் ஏற்றுக்கொள்ள முடியாது. இலங்கையில் பத்திரிகை யாளர்களுக்கான அனைத்து உரிமைகளும் மிகக் கடுமையாக ஒடுக்கப்படுகிறது. அப்படிப்பட்ட இலங்கையின் மனித உரிமை மீறல்களை அம்பலப்படுத்த சில விதி மீறல்களை செய்ய வேண்டிய கட்டாயம் ஜனநாயக சக்திகளுக்கும், பத்திரிகையாளர்களுக்கும் ஏற்படுகிறது. அந்த வகையில் பணியாற்றிய மகா.தமிழ் பிரபாகரனை இலங்கை அரசு கைது செய்துள்ளது. இலங்கை ராணுவத்தால் கைது செய்யப்பட்டுள்ள மகா.தமிழ் பிரபாகரனை மீட்பதற்கான அனைத்து நடவடிக்கைகளையும் உடனடியாக துவங்கும்படி மத்திய அரசை மாற்றத்திற்கான ஊடகவியலாளர்கள் மய்யம் வலியுறுத்துகிறது. மத்திய அரசு விரைந்து நடவடிக்கை எடுக்க மாநில அரசும், தமிழகத்தில் உள்ள அனைத்து அரசியல் கட்சிகளும், அனைத்து பத்திரிகையாளர்களும் முன்வர வேண்டும் எனவும் மாற்றத்திற்கான ஊடகவியலாளர்கள் மையம் வலியுறுத்துகிறது.

●

வைகோ பிரதமருக்கு அனுப்பிய கடிதம்

வைகோ,
பொதுச் செயலாளர்,
மறுமலர்ச்சி திராவிட முன்னேற்ற கழகம்

சுற்றுலா நுழைவு உரிமை பெற்று இலங்கைக்குச் சென்ற, தமிழகச் செய்தியாளர் மகா தமிழ் பிரபாகரன், இலங்கை ராணுவத்தால் கைது செய்யப்பட்டு உள்ள செய்தியை, உடனடியாகத் தங்கள் கவனத்திற்குக் கொண்டு வருகிறேன்.

இலங்கை நாடாளுமன்ற உறுப்பினர் ஸ்ரீதரன், வடக்கு மாகாண சபை உறுப்பினர் பசுபதி பிள்ளை ஆகியோருடன், மகா தமிழ் பிரபாகரன்

பொன்னாவிழி என்ற கிராமத்துக்குச் சென்றார். அங்கிருந்து வலைப் பாடு கிராமத்துக்குச் சென்று, புனித அந்தோணியார் தேவாலயத்தின் பங்குத் தந்தை அவர்களோடு உரையாடிக் கொண்டு இருந்தபோது, நேற்று (25.12.2013) பகல் 1.30 மணி அளவில், இலங்கை இராணுவத்தால் சுற்றி வளைக்கப்பட்டனர்.

மூவரையும் கைது செய்த ராணுவத்தினர், நாடாளுமன்ற உறுப்பினர் ஸ்ரீ தரனையும், பசுபதி பிள்ளையையும் மாலையில் விடுவித்தனர்; மகா தமிழ் பிரபாகனை மட்டும் தொடர்ந்து சிறை வைத்து உள்ளனர்.

செய்தியாளர்கள், உலகம் முழுமையும் பயணிப்பதற்கும், மக்களோடு கலந்து உரையாடுவதற்கும் உரிமை பெற்றவர்கள். ஆனால், இலங்கைத் தீவில், மனித உரிமைகள் நசுக்கப்பட்டு வருவதையும், செய்தியாளர்களுக்கு எவ்வித சுதந்திரமும் இல்லை; உயிர் ஆபத்தை எதிர்கொண்டு இருக்கின்றார்கள் என்பதையும் உலகம் அறியும். சண்டே டைம்ஸ் ஏட்டின் ஆசிரியர் லசந்த விக்கிரமதுங்கே, அரசுப் படைகளால் சுட்டுக் கொல்லப்பட்டார்; மேலும் பல செய்தியாளர் களும் படுகொலை செய்யப்பட்டு உள்ளனர்.

அண்மையில் இலங்கையின் வடக்கு மாகாணத்துக்கு வருகை தந்த இங்கிலாந்து பிரதமர் டேவிட் கேமரூன், இக்கூற்றை உறுதிப்படுத்தி உள்ளார். எனவே, மகா தமிழ் பிரபாகரனின் உயிருக்கு இலங்கை ராணுவம் மற்றும் காவல்துறையில் ஊறு நேரக்கூடும் என அஞ்சுகிறேன்.

தாங்கள் உடனடியாக நமது வெளியுறவுத் துறை அமைச்சகத்தின் வழியாக நடவடிக்கை மேற்கொண்டு, செய்தியாளர் மகா தமிழ் பிரபாகரனை விடுவித்திட ஆவன செய்திடுமாறு அன்புடன் வேண்டுகிறேன்.

●

प्रधान मंत्री

Prime Minister

New Delhi
28 December, 2013

Dear Shri Vaiko,

I have received your letter of 26 December, 2013. I am asking the Ministry of External Affairs to look into the matter relating to the arrest of Shri M.T. Prabakaran in Sri Lanka.

With regards,

Yours sincerely,

(Manmohan Singh)

Shri Vaiko
General Secretary
Marumalarchi Dravida Munnetra Kazhagam
'Thayagam'
New No. 12, Rukmani Lakshmipathi Road
Egmore
Chennai – 600 008

மு. கருணாநிதி
முன்னாள் தமிழக முதல்வர்,
தலைவர்,
திராவிட முன்னேற்ற கழகம்

செய்தியாளர்களிடம் :

கேள்வி :- இலங்கையில் தமிழ் பிரபாகரன் என்ற பத்திரிகையாளரை அந்த நாட்டு அரசு கைது செய்திருக்கிறது. பத்திரிகைச் சுதந்திரத்தை அந்த நாடு தன் கைக்குள் வைத்துக் கொள்வதாக நினைக்கிறீர்களா?

பதில்:- இலங்கை அரசின் அத்துமீறல்களுக்கு - பத்திரிகை சுதந்திரம் உட்பட எல்லா சுதந்திரங்களையும் அடக்குவதற்கு இது ஓர் உதாரணம். இவ்வாறு கூறினார்.

கைதுக்குப் பின்பு வெளியிட்டுள்ள அறிக்கையின் ஒரு பகுதி :

இலங்கையில் உள்ள கிளிநொச்சி பகுதியில் படம் பிடித்துக் கொண்டிருந்த தமிழகத்தைச் சேர்ந்த பத்திரிகையாளர், தமிழ் பிரபாகரன் என்பவரையும் சிங்கள அரசு கைது செய்தது.

அந்தச் செய்தி ஏடுகளில் வெளிவந்ததும், நானும் வேறு சில அரசியல் கட்சிகளின் தலைவர்களும் கண்டனம் தெரிவித்தவுடன், அந்தப் பத்திரிகையாளர் தமிழ் பிரபாகரன், இலங்கையிலிருந்து இந்தியாவிற்கு நாடு கடத்தப்பட்டார்.

சென்னை திரும்பிய அவர் செய்தியாளர்களிடம் கூறும்போது, தான் வட கிழக்கு மாகாணங்களுக்குச் சென்று சுற்றிப்பார்த்ததாகவும், அத்து மீறிச் செயல்படவில்லை என்றும், புகைப்படங்களை எடுத்துக் கொண்டிருந்தபோது இலங்கை ராணுவ வீரர்களால் துப்பாக்கி முனையில் வளைக்கப்பட்டதாகவும், இந்தியாவைச் சேர்ந்த பத்திரிகை யாளன் என்று சொன்னதாகவும், உடனே அவர்கள் கை விலங்கிட்டு கைது செய்து சிறையில் அடைத்ததாகவும், அங்கே இந்தியர் என்றாலே மரியாதை கிடையாது என்றும் தெரிவித்திருக்கிறார்.

இலங்கையிலே இந்தியர் என்றால் எந்த அளவிற்கு மரியாதை கிடைக்கிறது என்பதை பத்திரிகையாளரின் இந்தப் பேட்டியிலிருந்தே இந்திய அரசு புரிந்து கொள்ளலாம்.

●

பழ. நெடுமாறன்
தலைவர், உலகத் தமிழர் பேரமைப்பு

தமிழகத்தைச் சேர்ந்த செய்தியாளர் மகா.தமிழ்ப் பிரபாகரனை சிங்கள அரசு சர்வதேச வரம்புகளை மீறி கைது செய்திருப்பதை வன்மையாகக் கண்டிக்கிறேன்.

பிற நாடுகளைச் சேர்ந்த செய்தியாளர்களைத் தனது நாட்டுக்குள் சிங்கள அரசு அனுமதிக்க மறுக்கிறது என்பது மட்டுமல்ல, அங்கே வரும் செய்தியாளர்களைக் கைது செய்து சொல்லொண்ணாத கொடுமைகளுக்கு ஆளாக்குகிறது.

உடனடியாக இந்திய அரசு இதில் தலையிட்டு தமிழ்ப் பிரபாகரனை விடுவிக்க உரிய நடவடிக்கைகளை விரைந்து எடுக்கவேண்டும் என வலியுறுத்துகிறேன்.

●

கி.வீரமணி
தலைவர், திராவிடர் கழகம்

ஜூனியர் விகடன் வார ஏட்டின் செய்தியாளர் திரு. தமிழ் பிரபாகரனை இலங்கை அரசு அங்கே அவர் ஏதோ நிழற்படம் எடுத்தார் என்ற சாக்கைக் காட்டி கைது செய்து நடவடிக்கை எடுக்க முனைந்ததை, நாம், வன்மையாகக் கண்டிக்கிறோம்.

இதுபற்றி நமது நாடாளுமன்ற உறுப்பினர், வெளியுறவுத் துறை அமைச்சரிடம் பேசி, ஜனநாயக உரிமைப்படி பத்திரிகையாளர் சுதந்திரத்தைப் பாதுகாக்க உரிய நடவடிக்கைகளை அவசரமாக மேற்கொண்டு அவரை விடுவித்து இருப்பதை மகிழ்ச்சியுடன் வரவேற்கிறோம்.

ஏற்கெனவே அங்கே பல பத்திரிகையாளர்கள் காணாமற் போனதாக தகவல்கள் உண்டு. அவர்கள் சிங்களவர்கள் ஆன போதிலும்கூட!

பிரபாகரன் என்ற பெயரேகூட அந்த ஆட்சியினருக்கு ஒவ்வாமையைத் தந்திருக்கக் கூடும்!

உடனடியாக இதற்குரியவைகளைச் செய்து அவரைத் தமிழ்நாட்டிற்கு அழைத்து வந்திருப்பது நமது மத்திய அரசின் முதற் கடமையாகவே கருதுகிறோம்!

பத்திரிகையாளருக்கு, தூதுவரைப் போல சில தனி உரிமைகளும் உண்டு அவர்கள் கடமையாற்றும்போது என்பது விளக்கப்பட வேண்டியதில்லையே!

•

தொல். திருமாவளவன்
தலைவர்,
விடுதலைச் சிறுத்தைகள் கட்சி

இலங்கைக்கு சுற்றுலாப் பயணியாகச் சென்ற தமிழகத்தைச் சேர்ந்த செய்தியாளர் மகா தமிழ் பிரபாகரன் என்பவர், கிளிநொச்சிப் பகுதியில் கிறித்தவத் தேவாலயம் ஒன்றிலிருந்தபோது சிங்களப் படையினரால் கைது செய்யப்பட்டிருக்கிறார். தமிழீழத்தைச் சேர்ந்த நாடாளுமன்ற உறுப்பினர் சிறீதரன் அவர்களுடன் சுற்றுப் பயணத்திலிருந்தபோது அவரைக் கைது செய்துள்ளனர். எந்தவொரு சட்டவிரோத நடவடிக்கையிலும் ஈடுபடாத நிலையில் அவரை சிங்களப் படையினர் கைது செய்திருப்பது அப்பட்டமான மனித உரிமை மீறலாகும். மகா தமிழ்பிரபாகரன் ஏற்கனவே இலங்கைக்குச் சென்றிருந்தவர் என்பது குறிப்பிடத்தக்கதாகும்.

பொதுவாக, ஊடகவியலாளர்கள் எவரையும் இலங்கைக்குள் அனுமதிப்பதில்லை என்ற சனநாயக விரோத நடவடிக்கையில் இராஜபக்சே அரசு தொடர்ந்து ஈடுபட்டுவருகிறது. சர்வதேச ஊடக வியலாளர்கள் கைது செய்யப்படுவதும், மர்மமான முறையில் கொலை செய்யப்படுவதும், இலங்கைத் தீவினுள் நுழையவே விடாமல் தடுக்கப்படுவதும் அங்கே தொடர்ச்சியாக நிகழ்ந்து வருகிறது. தற்போது மகா தமிழ்பிரபாகரனும் அவ்வாறே சிங்களப் படையினரால் சட்டவிரோதமாக அடைத்து வைக்கப்பட்டிருக்கிறார்.

சிங்களப் படையினரின் இத்தகைய சனநாயக விரோதப் போக்கை அனைத்துலக ஊடகவியலாளர்கள் வன்மையாகக் கண்டித்திட முன்வரவேண்டும். இப்பிரச்சினையில் இந்திய அரசு உடனடியாகத் தலையிட வேண்டும். இந்தியத் துணைத் தூதர் தேவயானி விவகாரத்தில் அமெரிக்க அரசின் நடவடிக்கையை உடனடியாகக் கண்டித்ததைப் போல சிங்கள அரசின் தமிழர் விரோத நடவடிக்கை களையும் கடுமையாகக் கண்டிக்க வேண்டும் என்பதுடன், தமிழ் பிரபாகரனை விரைவாக மீட்க உரிய நடவடிக்கைகளை மேற்கொள்ள வேண்டும்.

•

ராமதாஸ்
நிறுவனர்,
பாட்டாளி மக்கள் கட்சி

இலங்கை வடக்கு மாநிலம் கிளிநொச்சி பகுதியில் சுற்றுப்பயணம் மேற்கொண்டிருந்த தமிழ்நாட்டைச் சேர்ந்த தமிழ் பிரபாகரன் என்ற இளம் பத்திரிகையாளர் சிங்கள இராணுவத்தினரால் கைது செய்யப் பட்டிருக்கிறார்.

கொழும்பு கொண்டு செல்லப்பட்டுள்ள அவரிடம் கடுமையான விசாரணை நடத்தப்பட்டு வருவதாகக் கூறப்படுகிறது. சுற்றுலா விசாவில் இலங்கை சென்ற தமிழ்பிரபாகரன் வடக்கு மாநிலத்தில் உள்ள இராணுவ முகாம்களை படம் பிடித்ததாகவும், அதற்காகவே அவர் கைது செய்யப்பட்டிருப்பதாகவும் சிங்கள அரசு கூறியிருக்கிறது.

இலங்கையில் போர் முடிவடைந்து நான்கரை ஆண்டுகள் ஆகிவிட்ட போதிலும், போரில் பாதிக்கப்பட்ட தமிழர்களுக்கு இன்னும் மறு வாழ்வு அளிக்கப்படவில்லை. அவர்களுக்கு இன்னும் அடிப்படை வசதிகள் கூட செய்து தரப்படவில்லை. இராணுவ முற்றுகைக்கு நடுவே அஞ்சி, அஞ்சி தான் அவர்கள் வாழ வேண்டியிருக்கிறது.

வடக்கு மாநிலத்திலிருந்து இராணுவத்தை வெளியேற்றும்படி உலக நாடுகள் விடுத்த அறிவுரைகளையெல்லாம் புறந்தள்ளிவிட்ட ராஜபக்ஷ, தமிழர்கள் வாழும் பகுதிகளை இராணுவ மற்றும் சிங்கள மயமாக்கும் முயற்சிகளில் தொடர்ந்து ஈடுபட்டு வருகிறது.

ஒரு நாட்டின் மக்களுக்கு எதிராக அந்நாட்டு அரசே அடக்கு முறைகளை கட்டவிழ்த்துவிடும் நிலையில், அது குறித்த உண்மை களை உலகிற்கு அம்பலப்படுத்த வேண்டியது ஊடகவியலாளர்களின் கடமை ஆகும். இதற்காக அவர்கள் பல்வேறு வழிமுறைகளை கையாளுவது வழக்கம்.

அந்த வகையில் இலங்கை நிலைமை குறித்த உண்மைகளை வெளிக் கொண்டு வருவதற்கான முயற்சியில் தமிழகத்தைச் சேர்ந்த தமிழ் பிரபாகரனும் ஈடுபட்டிருக்கக் கூடும். ஆனால், உண்மைகள் வெளியாகி விடக் கூடாது என்பதில் தீவிரம் காட்டிவரும் இலங்கை அரசு மக்களின் வாழ்க்கை நிலையை கண்டறிவதற்காகச் சென்ற ஒர் ஊடகவியாளரை பொய்யான குற்றச்சாற்றில் கைது செய்திருப்பது கண்டிக்கத் தக்கது.

இப்போது கைது செய்யப்பட்டுள்ள இதழாளர் இதற்கு முன்பும் இலங்கை சென்று தமிழர்களின் அவல நிலை பற்றி தொடர் கட்டுரை எழுதியுள்ளார். அது இலங்கையில் நடைபெறும் மனித உரிமை மீறல்களை அம்பலப்படுத்தும் வகையில் அமைந்திருந்தது. அதே போல், இப்போதும் நடந்துவிடக்கூடாது என்பதற்காகவே அவரை

சிங்களப்படையினர் கைது செய்திருப்பதாகத் தோன்றுகிறது. காரணமின்றி, கைது செய்யப்பட்டுள்ள இதழாளரை உடனடியாக விடுவிக்க இந்தியா நடவடிக்கை எடுக்க வேண்டும்.

மேலும், இதை இந்த ஒரு பத்திரிகையாளர் சம்பந்தப்பட்ட பிரச்சினை யாக மட்டும் பார்க்கக்கூடாது. இலங்கையில் நிலவும் மனித உரிமை மீறல்களை வெளிக்கொண்டுவர முயலும் பத்திரிகையாளர்கள் அனைவருக்கும் இதே நிலை தான். கடந்த சில ஆண்டுகளில் மட்டும் இலங்கை அரசால் அச்சுறுத்தப்பட்டு வேறு நாடுகளுக்கு தப்பிச் சென்ற பத்திரிக்கையாளர்கள் பலர்.

கடந்த ஒக்டோபர் மாதத்தில் கூட இலங்கையில் செய்தி செகரிக்கச் சென்ற அவுஸ்திரேலியாவைச் சேர்ந்த ஜேக்கி பார்க், ஜென் வொர்த்திங்டன் ஆகிய இரு பத்திரிகையாளர்கள் கைது செய்யப் பட்டனர். ஐ.நா. விதிகளின்படி இவை கடுமையான மனித உரிமை மீறல் என்பது மட்டுமின்றி, உலகிற்கு தெரியக் கூடாத அளவுக்கு மிகப்பெரிய மனித உரிமை மீறல்கள் இலங்கையில் நடைபெறு கின்றன என்பதும் தெளிவாகிறது.

இலங்கை அரசுக்கு எதிரான இனப்படுகொலை, மனித உரிமை மீறல், போர்க்குற்றம் உள்ளிட்ட குற்றச்சாற்றுகளை நிரூபிக்க ஏராளமான ஆதாரங்கள் கிடைத்துள்ள நிலையில், அந்நாட்டின் மீது இனப்படு கொலை மற்றும் போர்க்குற்ற விசாரணைகளை நடத்துவதற்கான நடவடிக்கையை மேற்கொள்ள இந்திய அரசு ஏன் தயங்குகிறது என்பது தான் தெரியவில்லை.

ஐ.நா. மனித உரிமை ஆணையத்தின் அடுத்தக் கூட்டம் வரும் மார்ச் மாதம் நடைபெறவுள்ள நிலையில், இலங்கை மீது சர்வதேச விசாரணை நடத்துவதற்கான நேரம் வந்துவிட்டது. இதை இந்திய அரசு சரியாக பயன்படுத்திக் கொள்ள வேண்டும்.

●

பேரா.எம்.எச்.ஜவாஹிருல்லா
தலைவர், மனிதநேய மக்கள் கட்சி
அப்போதைய சட்டமன்ற உறுப்பினர் (இராமநாதபுரம்)

இலங்கை ராணுவத்தால் கிளிநொச்சி, வேரவில் பகுதியில் சுற்றுப்பயணம் மேற் கொண்டிருந்த தமிழகத்தை சேர்ந்த தமிழ் பிரபாகரன் என்ற இளம் பத்திரிகையாளர் கைது செய்யப்பட்டிருக் கிறார். இலங்கையில் தமிழ் பிரபாகரன் வடக்கு மாநிலத்தில் உள்ள ராணுவ முகாம்களை படம் பிடித்ததாகவும், அதற்காகவே அவர் கைது செய்யப்பட்டிருப்பதாகவும் இலங்கை அரசு கூறியிருக்கிறது.

தமிழ்தேசிய கூட்டமைப்பின் பாராளுமன்ற உறுப்பினர் எஸ். சிறிதரனுடன் வடக்கு மாகாண பகுதியில் உள்ள பொதுமக்களை சந்திக்க சென்ற செய்தியாளரை இலங்கை ராணுவம் கைது செய்து கிளிநொச்சி ஜெயபுரம் காவல்துறையிடம் ஒப்படைக்கப்பட்டுள்ள தாகவும், அவர் விசாரணைக்காக தற்போது கொழும்புக்கு கொண்டு செல்லப்பட்டிருப்பதாகவும் தெரிகிறது.

போர் முடிவடைந்து நான்கு ஆண்டுகளுக்கு மேலாகியும் அங்குள்ள தமிழர்கள் மீதும் பத்திரிக்கையாளர்கள் மீதும் இலங்கை அரசு தொடர் மனிதஉரிமை மீறும் செயல்களை செய்துவருகிறது என்பதற்கு இது உதாரணமாக உள்ளது. இலங்கையில் வாழும் தமிழர்களுக்கு அனைத்து வசதிகளும் செய்துத்தரப்பட்டுள்ளது உலக நாடுகளிலிருந்து யார் வேண்டுமானாலும் இலங்கையின் வடக்கு பகுதிக்கு சென்று இதனை பார்த்துக்கொள்ளலாம் என்று கூறிய இலங்கை அதிபர் ராஜபக்ஷ தற்போது செய்தி சேகரிக்க சென்ற பத்திரிக்கையாளரை கைது செய்துள்ளது வன்மையாக கண்டிக்கத்தக்கது.

மேலும் இலங்கையில் தமிழர்கள் பகுதியில் நடைபெறும் மனித உரிமை மீறல்களை, ராணுவத்தின் அத்துமீறல்களையும், வெளி உலகிற்கு கொண்டுவரும் பத்திரிக்கையாளர்களின் மீது தாக்குதல் நடத்துவதும், கைது நடவடிக்கையில் ஈடுபடுவதும் இலங்கை அரசு வாடிக்கையாக வைத்துள்ளது.

ஐநா விதிகளின் படி இவை அனைத்தும் கடுமையான மனிதஉரிமை மீறலாகும். தகுந்த காரணமின்றி கைது செய்யப்பட்டுள்ள தமிழ் பிரபாகரன் உடனடியாக விடுதலை செய்யப்பட மத்திய அரசு உரிய நடவடிக்கை எடுக்க வேண்டும் என வலியுறுத்தி கேட்டுக் கொள்கிறேன்.

பின்னிணைப்புகள்

இலங்கை: அய்க்கிய நாடுகள் அவையின் வல்லுநர் குழு அறிக்கை

தமிழாக்கம்: பூங்குழலி; நன்றி: புதுமலர், தலித் முரசு

பொறுப்பேற்பதற்கான பிற தடைகள்; ஊடகங்கள் மீதான கட்டுப்பாடுகள்

413) மனித உரிமைகளை மதிக்கக்கூடிய ஒரு சமூகத்திற்கு முக்கியக் கூறாக இருப்பது பத்திரிகைச் சுதந்திரம் ஆகும். நீடித்த அமைதிக்கான முக்கியத் தேவைகளில் ஒன்றாகவும் அது இருக்கிறது. இலங்கைக்கு ஒரு பெருமைமிகுந்த ஊடகப் பாரம்பரியம் இருந்த போதும் போர்க் காலத்தில் அதிலும் குறிப்பாகப் போரின் இறுதிக் கட்டங்களில் ஊடக சுதந்திரம் என்பது வெகுவாக பாதிக்கப்பட்டது. சுதந்திரமான ஊடகங்கள் தொடர்ந்து செயல்பட்டுக் கொண்டிருந்தபோதும் அவை இன்னமும் கட்டுப்பாடுகள் மற்றும் அச்சுறுத்தல்களை எதிர்கொண்டே இருக்கின்றன. வன்முறை மற்றும் மிரட்டல்கள் காரணமாக போர்க் காலத்தில் நாட்டை விட்டு தப்பியோடிய நிறைய ஊடகவியலாளர்கள் இன்னமும் அச்சத்தோடு இருப்பதுடன், மீண்டும் நாட்டிற்குத் திரும்புவது பாதுகாப்பு அல்ல என்றும் நம்புகின்றனர். நாட்டிற்குள் அரசை விமர்சிக்கக்கூடிய கருத்துகளையும் தமிழர்களின் துயரங்களுக்கு அனுதாபத்துடன் இருக்கக்கூடிய கருத்துகளையும் சகித்துக் கொள்வது குறைவாகவே உள்ளது.

414) சனவரி 2009இல் புகழ்பெற்ற மூத்த பத்திரிகையாளரும் அரசு விமர்சகருமான லசந்தா விக்ரமசிங்கே படுகொலை செய்யப்பட்டார்.

ஆகஸ்ட் 2009ல் அரசின் இராணுவ நடவடிக்கைகளை விமர்சித்து எழுதிய ஜெ எஸ் திசைநாயகத்திற்கு 20 கடுங்காவல் தண்டனை விதிக்கப்பட்டது. பயங்கரவாதத் தடுப்புச் சட்டத்தின் கீழ் ஓர் ஊடகவியலாளர் தண்டனைக்கு உள்ளாக்கப்படுவது அதுவே முதல் முறையாகும். மற்றொரு புகழ்பெற்ற ஊடகவியலாளரும், கேலிச்சித்திரக்காரரும், அரசை விமர்சிப்பவருமான பிரகீத் எக்நெலிகோடா சனவரி 2010இல் காணாமல் போய்விட்டார். இன்றுவரை அவரைப் பற்றி எந்தத் தகவலும் இல்லை. இந்த மூன்று சான்றுகளும் இதைப் போன்ற மிகப்பரவலான துன்பங்களைக் காட்டுவதாகவே உள்ளன.

415) எல்லைகள் அற்ற ஊடகவியலாளர்கள் அமைப்பு தனது 2010இன் ஊடக சுதந்திரப் பட்டியலில் மொத்த உள்ள 175 நாடுகளில், இலங்கையை 158 ஆக அறிவித்தது. இது 2009 முதல் வெறும் நான்கு இடங்கள் முன்னேற்றமே ஆகும். டிசம்பர் 30, 2010 அன்று வெளியிட்ட ஓர் அறிக்கையில் அது கீழ்க்கண்டவாறு தனது கண்டனத்தைத் தெரிவித்துள்ளது.

'இலங்கையில் நிலவுகின்ற சூழலை, பல்வேறு தரப்பில் இருந்தும் ஊடகங்கள் சுதந்திரமாக செய்தி வெளியிடுவதை தவிர்ப்பதற்காக, அரசு புதிய வடிவிலான தணிக்கை முறைகளையும் தடைகளையும் பயன்படுத்துகிறது. தனிநபர்களின் மீதான தாக்குதல் மிரட்டல்கள் மற்றும் சிறையில் அடைத்தல் ஆகியவற்றின் எண்ணிக்கைகள் குறைந்திருப்பது வரவேற்கத்தக்கது என்றபோதும், உண்மையான ஊடக சுதந்திரத்தை, அதிகாரத்தில் இருப்பவர்கள் தடுப்பது என்பது கவலைக்குரியது.'

416) இலங்கையில் ஊடக சுதந்திரம் அடைவதற்கு இரண்டு முக்கிய நிலைகளை அடைய வேண்டும். முதலாவதாக, இலங்கையில் ஊடகவியலாளர்கள் தங்கள் கருத்துகளைச் சுதந்திரமாக வெளியிடுவதற்கு வழிவகை செய்ய அவசரகால நிலையை நீக்குவதும்., பயங்கரவாதத் தடுப்புச் சட்டத்தை உலகளாவிய வரையறைகளோடு பொறுத்துவதற்கேற்ப அதில் மாற்றங்களை செய்வதும் அவசியம் ஆகிறது. இரண்டாவதாக, வெளிநாட்டிற்குத் தப்பியோடிய ஊடகவியலாளர்கள் நாட்டிற்குத் திரும்புவதைப் பாதுகாப்பானதாகக் கருதித் தங்கள் சொந்த நாட்டில் தங்கள் தொழிலைத் தொடர்வதற்குரிய சூழல் எட்டப்பட வேண்டும்.

முடிவுகள்

1) குற்றச்சாட்டுகளின் தன்மையும் வீச்சும்

பொது மக்களின் பாதுகாப்பு உரிமைகள் நலன் மற்றும் வாழ்வு பற்றிய எவ்வித அக்கரையும் இன்றி, இலங்கையில் நடைபெற்ற போரின் இருதரப்பினரும் இராணுவ நடவடிக்கைகளை மேற்கொண்டனர். அவரக்ள் உலகளாவியச் சட்டத்தின் கோட்பாடுகளை மதிக்கத் தவறினர். இருதரப்பினராலும் உலகளாவிய மனித நேய மற்றும் மனித உரிமைச் சட்ட மீறல்கள் பெருமளவில் நடத்தப்பட்டது என்பதை நம்புவதற்கான நியாயமான அடிப்படைகள் உள்ளன. இதன் நேரடி விளைவாக பல்லாயிரக்கணக்கான இலங்கை மக்கள் கொல்லப் பட்டனர். தங்களது நேசத்திற்கு உரியவர்களை இழந்ததன் மூலமும், மிகமோசமான காயங்கள் காரணமாகவும் இடம்பெயர்தல் மற்றும் வீடு மற்றும் வாழ்வியலை இழந்ததன் காரணமாகவும் இதுபோன்ற பல்வேறு காரணங்களால் இலட்சக்கணக்கான மக்கள் மிகமோசமான துன்பங்களுக்கு ஆளாயினர். போருக்குப் பின் பெரும் பான்மையானவர்கள் மேலும் பல துன்பங்களுக்கும் அவமானங் களுக்கும் உள்ளாக்கப்பட்டனர்.

422) இலங்கை அரசின் நடத்தை சார்ந்த நம்பத்தகுந்த குற்றச்சாட்டுகள் உலகளாவிய மனிதநேய மற்றும் மனித உரிமைச் சட்டங்களை மிக மோசமாக மீறியதாக 5 முக்கியப் பிரிவுகளின் கீழ் வருகின்றன: (1) பரவலான குண்டுவீச்சுத் தாக்குதல்களின் மூலம் பொதுமக்களைக் கொன்றது (2) மருத்துவமனைகள் மற்றும் மனித நேயக் கட்டமைப்புகள் மீது குண்டுவீச்சுத் தாக்குதல்கள் நடத்தியது. (3) மனித நேய உதவிகளை மறுத்தது (4) இடம் பெயர்ந்த மக்கள் மற்றும் விடுதலைப் புலிகளின் உறுப்பினர்கள் எனச் சந்தேகிக்கப்பட்டவர்கள் உள்ளிட்ட போரினால் பாதிக்கப்பட்ட மற்றும் உயிர் பிழைத்தவர்கள் அனுபவித்த மனித உரிமை மீறல்கள் மற்றும் (5) ஊடகங்கள் மற்றும் அரசை விமர்சித்த பிறர் உட்பட போர் நடைபெற்ற இடத்திற்கு வெளியே நடந்த மனித உரிமை மீறல்கள்.

போரின் இறுதிக் கட்டங்களில் விடுதலைப் புலிகளின் நடத்தை சார்ந்த நம்பத்தகுந்த குற்றச்சாட்டுகள் 6 முக்கியப் பிரிவுகளின் கீழ் மீறல்கள் புரிந்ததாகத் தெரிய வருகின்றன: (1) பொதுமக்களை மனித அரணாகப் பயன்படுத்தியது (2) விடுதலைப் புலிகளின் கட்டுப்பாட்டுப் பகுதியில் இருந்து தப்ப முயன்ற பொதுமக்களைக் கொன்றது (3) பொதுமக்கள் இருந்த பகுதிகளில் இராணுவ உபகரணங்களைப் பயன்படுத்தியது (4)

குழந்தைகள் வலுக்கட்டாயமாகப் படையணியில் இணைத்தது (5) கட்டாயமாக வேலை வாங்கியது மற்றும் (6) தற்கொலத் தாக்குதல்கள் மூலம் பொதுமக்களைக் கொண்றது.

423) போரின் இறுதிக் கட்டங்களில் என்ன நடந்தது என்பதைக் குறித்துக் குழுவின் கணிப்பும் அத்துடன், அதைத் தொடர்ந்த அரசியல், சட்ட மற்றும் தார்மீகக் கடப்பாடுகளும், அரசின் நிலைக்கு நேர் எதிரானதாக உள்ளது. 'பொதுமக்களுக்கு எவ்வித பாதிப்பையும் ஏற்படுத்தாத' கொள்கையின் படி நடத்தப்பட்ட 'மனித நேய மீட்பு நடவடிக்கையையே' தான் மேற்கொண்டதாகவும், அதனால் எந்த தவறிற்கும் தனக்குப் பொறுப்பு இல்லை என்றும் அரசு தொடர்ந்து கூறிவருகிறது.

4) அரசு தொடர்ந்து நடத்தக்கூடிய மீறல்கள்

428) போர் முடிந்து ஏறத்தாழ இரண்டு ஆண்டுகளுக்கு பிறகு இலங்கையின் சிங்கள மற்றும் தமிழ் மக்களுக்கு இடையே நிலவக்கூடிய தேசிய இனச்சிக்கலின் வேர்க் காரணங்கள் இன்னமும் பெருமளவில் கவனிக்கப்படாமல் இருப்பதோடு, மனித உரிமை மீறல்களும் தொடர்கின்றன. அரசின் பிரதிநிதிகளால் அல்லது அரசு ஆதரவு பெற்ற இராணுவ ஒட்டுக்குழுக்களால் இத்தகைய நடவடிக்கைகள் நடத்தப்படுவதாக தொடர்ந்து அறிக்கைகள் வருகின்றன. விசாரணையின்றித் தன்னிச்சையாகத் தடுப்புக்காவலில் வைப்பது, கடத்தல்கள் மற்றும் காணாமல் போதல்கள், கொலைகள், ஊடகத்தினரின் மீதான தாக்குதல் மற்றும் பிற அச்சுறுத்தும் நடவடிக்கைகள் ஆகியவை இதில் அடங்கும். இந்தச் சூழலில் வன்னியில் நடைபெற்ற ஆயுதப்போரில் பாதிக்கப்பட்டவர்களும் உயிர் பிழைத்தவர்களும் இயல்பான வாழ்க்கைக்குத் திரும்ப இயலவில்லை. இந்த வன்முறைகளும் அதனோடு இருக்கக்கூடிய அச்சச் சூழலும் முடிவுக்கு வருவது என்பதுப் பொறுப்பேற்பதற்கு இணக்கமான ஒரு சூழலை உருவாக்க முக்கியத் தேவையாகும். கடந்த பல்லாண்டுகளாக இன்று வரையிலும் நடத்தப்பட்ட வலுக்கட்டாயமாக காணாமல் போக்கப்படும் செயல்கள் குறித்து இலங்கையின் மோசமான பதிவுகள் உலகளாவிய அமைப்புகளிடம் இருந்து ஆழமான அக்கறையை வெளிப்படுத்தியுள்ளதோடு உடனடியானக் கவனத்தையும் கோரியுள்ளன.

●

பிற்சேர்க்கை (அ)

கொல்லப்பட்ட / காணாமல் போன ஊடகவியலாளர்கள், இன ரீதியான பங்கீடு

தமிழ் - 41 பேர் | சிங்களம் - 5 பேர் | முஸ்லீம் - 2 பேர்

பிற்சேர்க்கை (ஆ)

2004 முதல் 2010 வரை இலங்கையில் கொல்லப்பட்ட / காணாமல் போன ஊடகவியலாளர்கள் மற்றும் ஊடகப் பணியாளர்கள்

ஆண்டு	ஊடகவியலாளர்/ ஊடகப் பணியாளர்	இனம்	நிறுவனம்	கொல்லப்பட்ட விதம்/ காணாமல் போனவர்
2004	அய்யாதுரை நடேசன்	தமிழ்	வீரகேசரி	இலக்கு வைக்கப்பட்ட கொலை
2004	பாலநடராசன் (பாலநடராச ஐயர்)	தமிழ்	தினமுரசு	இலக்கு வைக்கப்பட்ட கொலை
2004	லங்க ஜெயசுந்தர	சிங்களம்	விஜய செய்தி தாள்கள்	தீவிரவாதத் தாக்குதலில் கொலை
2005	தராக்கி (தர்மரத்தினம் சிவராம்)	தமிழ்	தமிழ் நெட், சுதந்திர ஊடகவியலாளர்	இலக்கு வைக்கப்பட்ட கொலை
2005	கண்ணமுத்து அரசகுமார்	தமிழ்	ஈழநாதம்	இலக்கு வைக்கப்பட்ட கொலை
2005	ரெலங்கி செல்வராஜா	தமிழ்	அரச தொலைக்காட்சி, வானொலி	இலக்கு வைக்கப்பட்ட கொலை
2005	டேவிட் செல்வரத்தினம்	தமிழ்	சுடரொளி	தாக்குதலில் கொலை
2005	யோகுமார் கிருஷ்ணபிள்ளை	தமிழ்	ஈழநாதம்	இலக்கு வைக்கப்பட்ட கொலை

2005	எல்.எம்.பலீல்	தமிழ் முஸ்லீம்	எழுத்தாளர்	இலக்கு வைக்கப்பட்ட கொலை
2005	நவரத்தனம்	தமிழ்	தினக்குரல்	இலக்கு வைக்கப்பட்ட கொலை
2006	சுப்ரமணியம் சுகிர்தராஜா	தமிழ்	சுடரொளி	இலக்கு வைக்கப்பட்ட கொலை
2006	எஸ்.டி.கணநாதன்	தமிழ்	தமிழ் செய்திகள் - தகவல் மையம்	இலக்கு வைக்கப்பட்ட கொலை
2006	பாஸ்டியன் ஜார்ஜ் சகாயதாஸ்	தமிழ்	உதயன்	இலக்கு வைக்கப்பட்ட கொலை
2006	ராஜரத்தனம் ரஞ்சித் குமார்	தமிழ்	உதயன்	இலக்கு வைக்கப்பட்ட கொலை
2006	சம்பத் லக்மல் டி சில்வா	சிங்களம்	சுதந்தர பாதுகாப்பு செய்தியாளர்	இலக்கு வைக்கப்பட்ட கொலை
2006	மரியதாசன் மனோஜன்ராஜ்	தமிழ்	தினக்குரல் - வீரகேசரி	தாக்குதலின்போது கொல்லப்பட்டவர்
2006	சதாசிவம் பாஸ்கரன்	தமிழ்	உதயன்	இலக்கு வைக்கப்பட்ட கொலை
2006	சின்னதம்பி சிவமகாராஜா	தமிழ்	நமது ஈழநாடு	இலக்கு வைக்கப்பட்ட கொலை
2007	ரவீந்திரன்	தமிழ்	நமது ஈழநாடு	இலக்கு வைக்கப்பட்ட கொலை
2007	சுப்ரமணியம் ராமச்சந்திரன்	தமிழ்	யாழ் தினக்குரல்- வலம்புரி	இலக்கு வைக்கப்பட்ட கொலை
2007	சந்திரபோஸ் சுதாகர்	தமிழ்	தமிழ் செய்தித் தாள்களின் விநியோகிப்பாளர்	இலக்கு வைக்கப்பட்ட கொலை
2007	செல்வராசா ரஜீவர்மன்	தமிழ்	உதயன்	இலக்கு வைக்கப்பட்ட கொலை

2007	சகாதேவன் நிலாக்சன்	தமிழ்	யாழ்ப்பாண பல்கலைக் கழக ஊடகத்துறை மாணவன், பகுதி நேர செய்தியாளர்	இலக்கு வைக்கப்பட்ட கொலை
2007	அந்தோணிப்பிள்ளை செரின் சிதிரஞ்சன்	தமிழ்	யாழ் தினக்குரல்	காணவில்லை
2007	வடிவேலு நிர்மலராஜ்	தமிழ்	உதயன்	காணவில்லை
2007	இசைவிழி செம்பியன்/ சுபாசினி	தமிழ்	புலிகளின் குரல்	இலக்கு வைக்கப்பட்ட கொலை, யூனெஸ்கோ கண்டித்துள்ளது
2007	சுரேஷ் லிம்பியோ	தமிழ்	புலிகளின் குரல்	இலக்கு வைக்கப்பட்ட கொலை, யுனெஸ்கோ கண்டித்துள்ளது
2007	தர்மலிங்கம்	தமிழ்	புலிகளின் குரல்	இலக்கு வைக்கப்பட்ட கொலை, யூனெஸ்கோ கண்டித்துள்ளது
2007	குணசிங்க	சிங்களம்	சிங்கள தினசரி-திவையன	தீவிரவாத தாக்குதலில் கொலை
2008	பரணி ரூபசிங்கம் தேவகுமார்	தமிழ்	சக்தி டிவி	இலக்கு வைக்கப்பட்ட கொலை
2008	ரஷ்மி முகமது	தமிழ் முஸ்லீம்	சிரச டிவி	தாக்குதலின்போது கொலை
2008	ரசிய ஜெயந்திரன்	தமிழ்	ஈழநாதம்	இலக்கு வைக்கப்பட்ட கொலை
2009	லசந்தா விக்கிரதுங்க	சிங்களம்	தி சண்டே லீடர்	இலக்கு வைக்கப்பட்ட கொலை
2009	புண்ணியமூர்த்தி சத்தியமூர்த்தி	தமிழ்	சுதந்திர ஊடகவியலாளர்	போர் தவிர்ப்பு வலயத்துள் நடத்த ராணுவத் தாக்குதலில் கொலை
2009	சசி மதன்	தமிழ்	ஈழநாதம்	ராணுவத் தாக்குதலில் கொலை

2009	மகாலிங்கம் மகேஸ்வரன்	தமிழ்	ஈழநாதம்	ராணுவத் தாக்குதலில் கொலை
2009	ஆண்டன்	தமிழ்	ஈழநாதம்	ராணுவத் தாக்குதலில் கொலை
2009	ராஜ்குமார் டென்சே	தமிழ்	ஈழநாதம்	ராணுவத் தாக்குதலில் கொலை
2009	ஜெயராஜ சுசிதரன்/சுகந்தன்	தமிழ்	ஈழநாதம்	ராணுவத் தாக்குதலில் கொலை
2009	மரியப்பு அந்தோணி குமார்	தமிழ்	ஈழநாதம்	ராணுவத் தாக்குதலில் கொலை
2009	துரைசிங்கம் தர்சன்	தமிழ்	ஈழநாதம்	ராணுவத் தாக்குதலில் கொலை
2009	இசைப் பிரியா/ சோபா	தமிழ்	நிதர்சனம் தொலைக்காட்சி தொகுப்பாளர்	விசாரணையின்றி ராணுவத்தினரால் படுகொலை
2009	தவபாலன்	தமிழ்	புலிகளின் குரல் வானொலி தொகுப்பாளர்	விசாரணையின்றி ராணுவத்தினரால் படுகொலை
2009	சுசுபரன்	தமிழ்	உறுதிப்படுத்த வில்லை	காணவில்லை
2009	சுவீந்திரன்	தமிழ்	சுதந்திர புகைப்படவியலாளர்	காணவில்லை
	சிவகுமாரன்	தமிழ்	உறுதிப்படுத்த வில்லை	காணவில்லை
	விஜயகுமார்	தமிழ்	உறுதிப்படுத்த வில்லை	காணவில்லை
2010	பிரகீத் எக்நெலிகொட	சிங்களம்	கார்ட்டூனிஸ்ட், ஊடகவியலாளர்	வெள்ளை வேனில் கடத்தல். காணவில்லை

2014 இல் ஐயக்கிய இராச்சியத்தின் வெளிவிவகார பொதுநலவாய அலுவலகத்தின் வருடாந்த மனித உரிமை அறிவிக்கை

பேச்சு மற்றும் ஒன்றுகூடும் சுதந்திரம்

தொடர்ச்சியான அச்சுறுத்தல்கள், தொல்லைப்படுத்தல்கள், மற்றும் ஊடகவியலாளர்கள், சிவில் சமூகம், கலைஞர்கள் மற்றும் எதிர்க்கட்சி அரசியல்வாதிகள் மீதான ஒரு எண்ணற்ற தாக்குதல்கள் என்பவற்றோடு, 2014 முழுவதும் பேச்சு மற்றும் ஒன்றுகூடுவதற்கான சுதந்திரம் மீதான கட்டுப்பாடுதல்கள் அறிவிக்கப் பட்டன. 2014 இற்கான ஊடக சுதந்திர சுட்டியில், இலங்கை, 180 ஸ்தானங்களுள் மூன்று நிலைகள் வீழ்ந்து 165 ஆவது ஸ்தானத்தை அடைந்தது.

ஊடகவியலாளர்களுக்கான அச்சுறுத்தல்கள் தொடர்பாக அறிவிக்கப் பட்ட பல சம்பவங்கள் உள்ளன. ஏப்பிரலில், எல்லைகளற்ற ஊடக அமைப்பினால் கண்டனம் செய்யப்பட்ட ஒரு சம்பவத்தில், வட மாகாணத்தின் யாழ்ப்பாணத்தில் ஊடகவியலாளர் ஒருவர் இரும்புக் கம்பிகளால் தாக்கப்பட்டார். மேலும் ஏப்பிரலில், கொழும்பைத் தளமாகக் கொண்ட ஒரு முன்னணிப் பத்திரிகையின் ஆசிரியர், ஒரு சர்ச்சைக்குரிய தலைப்புடன் சிரேஷ்ட அரசாங்க அதிகாரயொருவரின் மனைவியின் புகைப்படமொன்றைப் பிரசுரித்தமைக்காக சட்டத்தை அமுல்படுத்தும் பிரதிநிதிகளால் கடுமையாக கேள்விகளுக்கு உள்ளானார். தமிழ் மாதாந்தப் பத்திரிகையொன்று தொல்லைகளுக்கு முகங்கொடுத்ததுடன், அதன் விநியோகஸ்தர் ஒரு ஆயுதக் குழுவினால் தாக்கப்பட்டு அவரது செய்திப் பத்திரிகைகள் அருகிலுள்ள ஒரு நீரோடையில் வீசப்பட்டிருந்தன.

ஜூலையில், தனியான வேறு சம்பவங்களில், ஒரு முன்னணி அரசியல் பகுப்பாய்வாளரும் மற்றும் திரைப்படத் தயாரிப்பாளர் ஒருவரும் அச்சுறுத்தல்கள் மற்றும் தொல்லைகளுக்கு உள்ளாகினர். அளுத்கம கலவரங்கள் தொடர்பான அவரது அறிக்கைப்படுத்தல் மற்றும் அல்ஜசீராவுடனான அவரது பணிகள் குறித்தும் ஊடகவியலாளர் ஒருவர் சட்டத்தை அமுல்படுத்துபவர்களால் விசாரணை செய்யப் பட்டார். சட்டத்தரணிகள் சங்கத் தலைவர், அவரது பல வெளிப்படை யான கருத்துக்களைத் தொடர்ந்து மிரட்டல்களுக்கு முகங் கொடுத்தார்.

ஊடகவியலாளர்கள் பயிற்சியில் சம்பந்தப்பட்ட அரச சார்பற்ற ஸ்தாபனங்கள் பல சந்தர்ப்பங்களில் குறி வைக்கப்பட்டதுடன்,

புலன்விசாரணை ஊடகவியல் செயலமர்வுகளை நடாத்திய ஹோட்டல்களும் அச்சுறுத்தல்கள் மற்றும் மிரட்டல்களுக்கு உள்ளாகின. உதாரணத்துக்கு, சர்வதேச வெளிப்படைத் தன்மைக்கான ஒரு பயிற்சிநெறியை ஏற்பாடு செய்வதில் ஈடுபட்டிருந்த தனிப்பட்டவர்களும் மற்றும் ஊடகவியலாளர்களும் மரண அச்சுறுத்தல்களுக்கு ஆளாகியதுடன், பயிற்சிக்காக பயணித்தவர்கள் இலங்கை பாதுகாப்புப் படைகளால் தடுக்கப்பட்டதாக குற்றஞ் சாட்டப்பட்டனர். ஜூலையில், ஒரு குண்டர் குழு இலங்கை ஊடக நிலையத்திற்குள் புகுந்து, ஒரு ஊடகவியல் பயிற்சி நிகழ்வைக் குழப்பியது. ஜூலை 1ஆம் திகதி, பாதுகாப்பு மற்றும் நகர அபிவிருத்தி அமைச்சு, ஊடகவியலாளர்களை பயிற்றுவித்தல், ஊடக மாநாடு களை நடாத்துதல், அல்லது குறிப்பாக இணங்கிக் கொள்ளப் பட்டாலன்றி ஊடக அறிக்கைகளை வெளியிடல் போன்றவற்றை மேற்கொள்ளல் கூடாதென அறிவுறுத்தி, அத்தகைய நடவடிக்கைகள் 'அவர்களது ஆணையை மீறிவிட்டதாகக்' குறிப்பிட்டது.

ஊடகவியலாளர்களைப் பாதுகாப்பதற்கான குழு, புரொண்ட்லைன் டிபென்டர்ஸ், சர்வதேச ஊடக நிலையம், எல்லைகளற்ற ஊடகவியலாளர்கள் மற்றும் டிரான்ஸ்பெரன்ஸி இன்ரர்நஷனல் ஆகிய அனைத்தும் அதிகரிக்கும் ஊடக அச்சுறுத்தல் பற்றிய கரிசனங் களை வெளியிட்டன. சிவில் சமூகத்தின் ஆபத்தின்மையைப் பாதுகாப்பதற்கு நடவடிக்கையை எடுப்பதற்கு இலங்கை அதிகாரங் களை அவை கோரின. இலங்கை ஊடகவியலாளர்கள் தொல்லைப் படுத்தல் மற்றும் மிரட்டல்கள் ஆகியவை கொண்ட ஒரு கடினமான பின்னணிக்கெதிராக பணியாற்றுவதாகக் குறிப்பிட்டு உலக ஊடக தினத்தன்று இலங்கைக்கான பிரித்தானிய உயர் ஸ்தானிகர் அறிக்கை யொன்றை வெளியிட்டார். ஊடக வியலாளர்களைப் பாதுகாத்தல் மற்றும் கடந்த காலக் குற்றங்களைப் புலன்விசாரிப்பதை உறுதி செய்தல் என்பவை மூலம் பேச்சுச் சுதந்திரத்துக்கான அதன் பற்றுறுதியை புதுப்பிப்பதற்கு அரசாங்கத்தை அவர் ஊக்கப்படுத்தினார்.

ஐக்கிய தேசியக் கட்சியின் பாராளுமன்ற உறுப்பினர்களின் ஒரு குழு மற்றும் அவர்களுடன் இணைந்து கொண்ட ஊடகவியலாளர்கள உட்பட, எதிர்க்கட்சிப் பாராளுமன்ற உறுப்பினர்களும் கூட வன்முறை களுக்கு முகங்கொடுத்தனர். மே மாதத்தில், ஹம்பாந்தோட்டை சர்வதேச விமான நிலையம் மற்றும் துறைமுகம் என்பவற்றுக்கு விஜயம் செய்தபோது அவர்கள் ஒரு குண்டர் குழுவினால் தாக்கப் பட்டனர். வீதி நாடகக் குழுவினர் மற்றும் கலைஞர்கள் மீதும் தாக்குதல்கள் பல நடத்தப்பட்டன.

ஒன்று கூடும் சுதந்திரம் தொடர்பான சம்பவங்கள் வருடம் முழுவதிலு மாக அறிவிக்கப்பட்டன. மார்ச்சில், 'காணாமற் போனவர்கள்' தொடர்பான ஆர்ப்பாட்டங்களில் ஒரு உள்ளூர் முன்னணி ஆர்ப்பாட்டக் காரர்களான ஜெயகுமாரி பாலேந்திரன் மற்றும் அவரது 13 வயது மகள் ஆகியோர் ஒரு பயங்கரவாத சந்தேக நபரிற்கு புகலிடம் கொடுத்தாக குற்றஞ்சாட்டி பயங்கரவாதத் தடைச் சட்டத்தின் கீழ் தடுத்து வைக்கப்பட்டனர். உள்ளூர் நீதவான் ஜெயகுமாரியை பயங்கர வாத்திற்கு எதிரான சட்டத்தின் கீழ் 16 நாட்கள் தடுத்து வைக்கப் படுவதற்கும் மற்றும் அவரது மகள் சமூகப் பாதுகாப்பில் வைக்கப் படுவதற்கும் உத்தரவிட்டார். உள்நாட்டு மற்றும் சர்வதேச செயற் பாட்டாளர்கள் இக் கைதுகளைக் கண்டனம் செய்தனர். ஜெயகுமாரி இன்னமும் தடுப்புக் காவலில் உள்ளதுடன் அவரது வழக்கு மார்ச் 13, 2015 வரை விசாரணைக்கு எடுத்துக் கொள்ளப்படுவதற்கு அட்டவணைப்படுத்தப்படவில்லை, இது அவரது கைது நடைபெற்று ஒரு வருடம் நிறைவுறுவதைக் குறிக்கும்.

சிவில் சமூகம் மற்றும் 'காணாமற் போனவர்களின்' குடும்பங்களின் பிரதிநிதிகளுக்கும் இடையிலான ஒரு சந்திப்பை பிக்குகளின் ஒரு குழு குழப்பியது. 'காணாமற்போனவர்களை' நினைவு கூரும் ஒரு நிகழ்வை ஏற்பாடு செய்வதைக் குறிப்பிடும் சில சுவரொட்டிகள், ஒக்டோபர் 25 அன்று காணப்பட்டதுடன், அவை முன்னணி சிவில் சமூக ஆர்வலர்களை நிந்தித்தது. இந்த நிகழ்வின் பிரதான ஏற்பாட்டாளர் வீட்டின் மீது கற்கள் வீசப்பட்டன.

மே 18 இல், கொழும்பில் ஆர்ப்பாட்டங்களை முன்னெடுத்த 18 மாணவர்கள் கைது செய்யப்பட்டனர்; அதில் நால்வர் பின்னர் காயங்களுடன் வைத்தியசாலையில் அனுமதிக்கப்பட்டனர். பிரதான பல்கலைக் கழக மாணவர்கள் சங்கமான, பல்கலைக் கழகங்களுக் கிடையிலான மாணவர் சம்மேளனம், மாணவர்களின் காயங்கள் பொலிசாரின் சித்திரவதைகளின் ஒரு விளைவே எனவும் அது பாதிக்கப்பட்ட ஒருத்தரைப் பார்வை இழக்கச் செய்துள்ளது எனவும் குற்றஞ் சாட்டியது. சிவில் சமூக ஸ்தாபனங்கள் மாணவர்கள் மீதான 'தாக்குதல், கைது மற்றும் சித்திரவதை' என்பவற்றைக் கண்டனம் செய்தன. டிசம்பரில், கல்வி உரிமைகள் தொடர்பாக ஆர்ப்பாட்டம் செய்த மாணவர்கள் நீர்த்தாரைப் பீரங்கிகள் மற்றும் கண்ணீர்ப் புகைக் குண்டுகளால் கலைக்கப்பட்டதுடன், பொலிசாரினால் மேலும் தாக்கப்பட்டு, 28 மாணவர்கள் வைத்தியசாலையில் அனுமதிக்கப்பட வைத்தது.

ஏனைய சம்பவங்களில், ஆர்ப்பாட்டம் செய்த மீனவர்கள், கற்களால் எறிந்து தாக்கப்பட்டதுடன், பின்னர் மூவர் வைத்தியசாலையில் அனுமதிக்கப்பட்டனர். ஒக்டோபர் 25 அன்று, இரண்டு தொழிற் சங்கத் தலைவர்கள் இனந் தெரியாத குழுக்களால் தாக்குதல்களுக்கு உள்ளானதாக குற்றஞ் சாட்டப்பட்டது. சுதந்திர வர்த்தக வலயம் மற்றும் பொது ஊழியர்கள் சேவைகள் சங்கம், பொலிஸ் மா அதிபருக்கான ஒரு கடிதத்தில், 'எங்களது தொழிற் சங்கத் தலைவர்கள் திட்டமிட்ட முறையில் அடக்கியொடுக்கப்படுகின்றனர் என்பது தெளிவாகிறது', எனக் கூறியது.

மனித உரிமைகள் பாதுகாவலர்கள் (HRDs)

மனித உரிமைப் பாதுகாவலர்கள் இலங்கையில் செயற்படுவதற்கான சூழ்நிலை கடினமானதாகவே இருந்தது. முன்னணி மனித உரிமைப் பாதுகாவலர்கள் அரசாங்க உறுப்பினர்களிடமிருந்து பகிரங்கமான கண்டனங்களுக்கு தொடர்ச்சியாக முகங் கொடுத்ததுடன், அரசினால் நடாத்தப்படும் ஊடகங்களினால் 'துரோகிகள்' எனக் காண்பிக்கப் பட்டனர். தங்கள் பணிகளை மேற்கொள்ளும் போது மரண அச்சுறுத்தல்களைப் பெறுவது உட்பட, செயற்பாட்டாளர்கள் மிரட்டல்களுக்கு உள்ளாகினர். பொதுநலவாய நாடுகளின் அரச தலைவர்கள் மாநாட்டை ஒட்டியும் மற்றும் நவி பிள்ளையின் விஜயத்தின் போதும் இரண்டு சிவில் சமூக செயற்பாட்டாளர்கள் தொல்லைகளுக்கு உட்படுத்தப்பட்டனர். மரண அச்சுறுத்தல்களைப் பெற்றதின் பின்னர் ஒருவர் ஒளிந்து தலைமறைவாகியுள்ளார்.

ஊடக செயற்பாட்டாளர்கள், காணாமற்போனவர்களின் குடும்பங்கள், சித்திரவதையைத் தடைசெய்தல் மீது பணியாற்றுபவர்கள், மற்றும் பெண்கள் உரிமைகள் செயற்பாட்டாளர்கள் உட்பட, இலங்கையின் ஒரு பல்வேறு தரப்பட்ட சிவில் சமூக செயற்பாட்டாளர்கள் மற்றும் மனித உரிமைப் பாதுகாவலர்கள் ஆகியோர்களை வெளியிறவுத் துறைச் செயலரும் மற்றும் திரு. ஸ்வயரும் சந்தித்தனர். 2008 இல் டிரான்ஸ்பேரன்சி இன்டர்நஷனலின் முன்னாள் நிறைவேற்றுப் பணிப்பாளரின் வீட்டின் மீதான கைக்குண்டுத் தாக்குதல்; 2009 இல் ஊடகவியலாளர் லசந்த விக்கிரமதுங்கவின் கொலை; மனித உரிமைப் பாதுகாவலர்களான சாந்தக்குமார் மற்றும் ஸ்டீபன் சுந்தர்ராஜ் ஆகியோரின் காணாமற்போதல்கள்; 2010 இல் கேலிச்சித்திரம் வரைகின்ற பிரகீத் எக்னலிகொட; மற்றும் 2011 இல் யாழ்ப்பாணத்தில் பிரச்சாரகர்கள் லலித்குமார் வீரராஜ் மற்றும் குகன் முருகன் ஆகியோர்களின் காணமற்போதல்கள் உட்பட, கடந்த கால சம்பவங்களின் புலன்விசாரணைகளில் எந்தவிதமான முன்னேற்றமும்

இல்லை. அரச சார்பற்ற ஸ்தாபனங்கள் நாட்டில் அவர்களது செயற் பாடுகள் மீது அதிகரிக்கும் கட்டுப்பாடுகள் குறித்து கரிசனைகளை வெளிப்படுத்தின. மாற்றுக் கருத்துக்களை அடக்கியொடுக்குவது தீவிரமடைகிறது என சர்வதேச மன்னிப்பு சபை இலங்கையைக் குற்றஞ் சுமத்தியது. செப்டெம்பரில், நவிப் பிள்ளை, இலங்கையில் 'மனித உரிமைப் பாதுகாவலர்கள், சட்டத்தரணிகள் மற்றும் ஊடகவியலாளர்கள் மீது உயர்ந்த அளவிலான தொல்லைப் படுத்தல்கள் மற்றும் மிரட்டல்கள் தொடர்வது பற்றிய முறைப்பாடு களை தான் கேட்டதாக' குறிப்பிட்டார்.

●

ஊடகங்களை மெளனிக்கச் செய்தல்

இலங்கையில் ஊடகங்களுக்கு
எதிரான வன்முறை பற்றிய ஓர் ஆய்வு

Together Against Genocide (TAG)
தமிழில்: மகா. தமிழ்ப் பிரபாகரன்

Together Against Genocide (TAG) என்ற அரசு-சாராத மனித உரிமை அமைப்பு 2008 அமெரிக்காவிலும் 2012 இங்கிலாந்திலும் பதியப்பட்ட அமைப்பு

2004 ஆம் ஆண்டு ஐக்கிய மக்கள் சுதந்திரக் கூட்டணியின் அரசாங்கத்தின் ஆளுகை தொடங்கியதிலிருந்து, ஊடகவியலாளர்களுக்கு மிகுந்த ஆபத்தான நாடுகளாக பார்க்கப்படும் ஆப்கானிஸ்தான், சோமாலியா, எரித்திரியா, வட கொரியாவின் வரிசையில் இலங்கையும் முதன்மை பெற்றிருக்கிறது. இன்னும் பெரும்பாலும் சொல்லப்படாத வெளிக்கொணரப்படாத விடயம் ஒன்று இதில் இருக்கிறது. சில ஊடகவியலாளர்கள், ஊடகப் பணியாளர்கள் ஆகியோர் மற்றவர் களைக் காட்டிலும் அரசு பின்னிருந்து செய்யும் தாக்குதல்களில் மிகுந்த பாதிக்கப்படக்கூடியவர்களாக இருக்கிறார்கள்.

இந்த அறிக்கையில், 'காணாமல் போனோர்கள் மற்றும் மரண மடைந்தோர்' பற்றி உள்ள தகவல்களை ஆராய்ந்ததன் அடிப்படையில் இலங்கையில் ஊடகப் பணியாளர்கள் மீதான உச்சக்கட்ட வன்முறையின் ஆபத்தை மதிப்பீடு செய்திருக்கிறோம். யார், எப்பொழுது, எங்கே குறிவைக்கப்படுகிறார்கள் என்று கேட்கிறோம். இந்தத் தரவுகள் வரலாறு மற்றும் அரசியல் சூழ் அமைவிலும் (Context) அரசு மற்றும் இதழியல் துறைக்கிடையிலான உறவின் இயம்பு குறித்த பரிசீலுக்கும் விதமாகவும் மிக பரந்தளவில் பகுப்பாய்வு செய்யப் படுகிறது.

அதன்படி,

- இதில் பெரும்பான்மையாக தமிழ் ஊடகப் பணியாளர்கள் மற்றும் தமிழர் உரிமைகள் மீதான மீறல்களை பேசக்கூடிய ஊடகவிய லாளர்கள் இலங்கையில் திட்டமிட்ட வன்முறை தாக்குதல்களுக்கு இலக்காகிறார்கள்.

- அரசை விமர்சிக்கக்கூடிய ஊடகவியலாளராக இலங்கையில் இருப்பது ஆபத்து என்றாலும், அதைவிட தமிழ் பேசும் ஊடகப் பணியாளர் நாட்டின் தமிழ் பேசும் பெரும்பான்மை பகுதியில் பணியாற்றி வந்தால் அது அவரின் உயிருக்கே பேராபத்து கொண்டதாக இருக்கிறது.

- தமிழ் மக்களிடம் போருக்கு முன்பும் போரின் போதும் போருக்குப் பின்புமான அரசாங்கத்தின் நடத்தை குறித்த விமரிசனமாக இருப்பதைவிட இலங்கை அரசாங்கத்தின் மீதான விமரிசனத்துடன் இருப்பதென்பது மிகக்குறைவான இடர்பாட்டு காரணியாக இருக்கிறது.

நாங்கள் கவனித்திருப்பவை:
- உள்நாட்டிலும் அதைத் தொடர்ந்து சர்வதேச அளவிலும் தமிழ்

ஊடகவியலாளர்கள் மீதான தாக்குதல்களைச் செய்தியாக்குவதை விட சிங்கள ஊடகவியலாளர் மீதான தாக்குதலைச் செய்தியாக்குவது அதிகமாக இருக்கிறது அல்லது அதற்கே அதிக முக்கியத்துவம் அளிக்கப்படுகிறது.

-   சர்வதேச மனிதாபிமான விதிகள் மற்றும் மனித உரிமைகள் சட்டத்தை இலங்கை அரசு மீறுவது சர்வதேச கண்டனத்துக்கு உள்ளாகியுள்ள நிலையில், சர்வதேச ஊடகங்களில் வெளியாகக் கூடிய தங்களுக்கு எதிரான செய்திகளை நிராகரிப்பதில் இலங்கை அரசு அதிகக் கவனம் கொண்டிருக்கிறது.

2009 முதற்கொண்டு ஊடகங்களின் மீதான இலங்கை அரசாங்கத்தின் தாக்குதல்கள் அதற்கு முன்பிருந்த இன மோதலின்போது மேற் கொள்ளப்பட்ட கொள்கைகளின் தொடர்ச்சியே. அதாவது, 'சாட்சியங் களற்ற போரை நடத்துதல்; தமிழ் மக்களுக்கு எதிராக சர்வதேச மனிதாபிமான மனித உரிமைச்சட்டம் ஆகியவற்றை மீறிய குற்றச் செயல்களைத் தண்டனையிலிருந்து தப்பிக்கும் வண்ணம் தொடர்ந்து மேற்கொள்வதற்கான நிலைமைகளை உருவாக்குதலே இத்தாக்குதல் கள்' என்பதை நிலைநாட்டுகிறோம்.

ஊடகங்கள் மீதான இலங்கை அரசின் தாக்குதல்களைக் கவனத்தில் கொள்வது ஏன் என்பதையும் யார் என்பதையும் ஆராய்வதற்கு கொள்கை வகுப்பாளர்கள் முடிவினை எடுக்கும்பொழுது கவனம் செலுத்த வேண்டும்.

சுதந்தரமான சர்வதேச விசாரணை இலங்கையின்மீது தேவை என்ற வாதத்துக்கு வலுசேர்க்கும் வகையில் இதுதொடர்பாக கண்டறிய பட்டவைகளை இங்கு முன்வைத்திருக்கிறோம்.

ஆய்வு முடிவுகள்
ஊடகம் மீதான தாக்குதல் திட்டமிடப்பட்டது

ஊடகம் மீதான தாக்குதல்கள் கண்மூடித்தனமானதோ இலங்கை ஊடகத்துறைக்கு எதிரானதோ அல்ல, மாறாக தமிழ் மக்கள் மீதான அடக்குமுறைகளைப் பேசுபவர்கள்மீது திட்டமிட்டு நடத்தப்படுகிறது என்பதை அரசின் தீவிரமான ஊடக ஒடுக்குமுறையை ஆராய்ந்ததில் தெரிய வருகிறது.

தமிழ் மக்கள்மீது அரசு நடத்திய இனப்படுகொலைப் போருக்கு எதிராக பேசிய கணிசமான சிங்கள ஊடகவியலாளர்கள் நாட்டைவிட்டு வெளியேறும் சூழ்நிலை இருந்ததாக இலங்கையின் ஜனநாயகத்திற் கான ஊடகவியலாளர்கள் (Journalists for Democracy in Sri Lanka)

அமைப்பின் முன்னணி உறுப்பினர் ஒருவர் குறிப்பிட்டிருக்கிறார். அதே சமயம் அரசுக்கு எதிராக, தமிழர் உரிமைகள் அல்லது தமிழ்த் தேசியத்துக்கு ஆதரவாக இருந்த பெரும்பான்மையான தமிழ் ஊடகவியலாளர்கள் கொல்லப்பட்டோ கடத்தப்பட்டோ இருக்கின்றனர். இதன் வழியே தமிழர்கள்மீது நடத்தப்பட்ட மீறல்கள் செய்தியாக்கப்படுவதை மௌனிக்கச் செய்யவேண்டும் என்ற இலங்கை அரசின் முக்கிய நோக்கம் அடையாளம் காணக்கூடியதாக உள்ளது.

ஊடகவியலாளர்கள் மீதான தாக்குதல்களைச் செய்தியாக்குவதில் உள்ள இனப்பாகுபாடு

மேலே உள்ள அனுபவ ஆதாரங்களைக் கொண்டு ஆராய்ந்ததில், சிங்கள ஊடகவியலாளர்களைக் காட்டிலும் தமிழ் ஊடகவி யலாளர்களும் ஊடகப் பணியாளர்களுமே அரசின் தாக்குதல்களுக்கு அதிகமாக இலக்காகின்றனர். தமிழ்நெட்-க்காக வன்னி பகுதியில் பணியாற்றி அங்கிருந்து தப்பி பிழைத்து தற்போது வெளிநாடு ஒன்றில் தஞ்சமடைந்துள்ள தமிழ் ஊடகவியாளர் ஒருவர், 'லசந்த விக்கிரம்துங்கே இடத்தில் நான் மரணித்திருந்தால், எவரும் கோத்தபாய ராஜபக்சைவை (இலங்கையின் முன்னாள் பாதுகாப்புத் துறை செயலர் மற்றும் முன்னாள் ஜனாதிபதி மகிந்த ராஜபக்சேவின் சகோதரர்) கேள்விக்கு உட்படுத்திருக்க மாட்டார்கள். என்னை அவர்கள் புலி என்றே சொல்லியிருப்பார்கள்' என உறுதிப்பட கூறியிருக்கிறார்.

ஐக்கிய மக்கள் விடுதலைக் கூட்டணியின் கடந்த 9 ஆண்டுகால ஆட்சியில் இறந்துபோன அல்லது காணாமல் போன 41 தமிழ் ஊடகவியலாளர்களுக்கு எழுந்த எதிர்ப்பு பல சிங்கள இதழியலாளர்களின் மரணத்துக்குப் பிறகு எழுந்த கடும் எதிர்ப்பு களோடு எவ்வகையிலும் நிகரானது இல்லை. இன்னும் சொல்லப் போனால் அப்படியான எதிர்ப்பு தமிழ் இதழியலாளர்களின் மரணத்துக்குப் பெரிதளவு எழவேயில்லை.

தமிழ் ஊடகவியலாளர் குறிப்பிட்டது போல், தமிழ் ஊடக அமைப்பு களைச் சேர்ந்தவர்களுக்கு எப்பொழுதுமே ஆபத்து அதிகமாக உள்ளது. அதுபோல அவர்கள் தமிழர்களாக இருப்பதால் அவர்கள் பணி கேள்விக்குட்படுத்தப்படுகிறது, அவர்களுடைய செய்தியாக்கும் தன்மை தமிழ்த் தேசிய பிரச்னைக்கு அனுதாபம் அளிக்கக்கூடிய வகையில் இருக்குமாயின் அவர்களுக்கு எளிதாகவும் உடனடியாகவும் (சர்வசாதாரணமாக) பயங்கரவாத பட்டம் சூட்டப்படுகிறது. தமிழர்

உரிமைகள் சார்ந்தும் தமிழ் மக்களை அரசு நடத்தும் விதம்
தொடர்பாகவும் வெளிப்படையாகப் பேசும் சிங்கள ஊடகவி
யலாளர்கள் அரசு தாக்குதலுக்கு உள்ளாகுபவர்களாக இருப்பினும்,
தமிழ் ஊடகவியலாளர்களோடு பார்க்கையில் அவை குறைந்தள
விலானதே ஆகும். தமிழ் ஊடகவியலாளர்களின் கருத்துரிமைச்
சுதந்தரத்துக்கான அடிப்படை உரிமைகள், உரிமை பாதுகாப்புடன்
வாழ்வதற்கான உரிமை போன்றவை சிங்கள இதழியலாளர்களை
விடப் பெருமளவில் குறைவாகவே இருக்கின்றன.

சாட்சியங்களற்ற போர்

கடந்த 26 ஆண்டுகால போரில் மிகப்பெரிய அளவிலான
ஊடகவியலாளர் மரணங்கள் காணாமல் போனவர்களின் எண்ணிக்கை
கடைசிக்கட்ட போர் காலங்களான ஜனவரி 2, 2008- மே 18, 2009
காலப்பகுதியில் நிகழ்ந்திருக்கிறது. (அதாவது ஒட்டுமொத்த
ஊடகவியலாளர் கொலைகள் மற்றும் கடத்தல் சம்பவங்களில் 42%
இக்கால பகுதியிலேயே நிகழ்ந்திருக்கிறது) என்பதைப் பரிசீலிக்கையில்
இலங்கை அரசின் குறிக்கோள் கேள்விக்கிடமற்றது. அதாவது போர்
தொடர்பான செய்தி சேகரிப்புகளை மௌனிக்கச் செய்தல் மற்றும்
சாட்சியங்களற்ற போர் என்பதற்கான நிலைமைகளை உருவாக்குதல்
ஆகும்.

இதன்படி சாட்சியங்கள் இல்லாமல் இனப்படுகொலை, போர்க்
குற்றங்கள், மனிதக்குலத்துக்கு எதிரான குற்றங்கள் ஆகியவை
நடந்தேறின என்பதைக் கூறுவது மிகவும் நம்பகத்தகாததாக மாறுவது
இயல்பானது; சக்திமிக்க நீதிமன்ற நடைமுறைகளில் சாட்சியம்
இல்லாததால் மேற்சொன்னவை நடைபெறவே இல்லை என்று
கூறமுடியும். எனவே தண்டனையிலிருந்து தப்பிப்பதற்கு ஊடகங்
களை மௌனிக்கச் செய்வது என்பது சேவையாற்றுகிறது. 'சாட்சிய
மற்ற போர்' என்ற தவறான கருத்தாக்கமானது மேற்கத்திய அரசாங்
கங்கள், சர்வதேசத் தன்னார்வ அமைப்புகள், ஊடக அமைப்புகள்,
கல்வியாளர்கள் மற்றும் ஏனையோரால் கைக்கொள்ளப்பட்டு
முன்வைக்கப்பட்டு பரவலாக ஏற்றுக்கொள்ளப்பட்டுள்ளது.

இருந்தபோதிலும் உள்ளூர் தமிழ் செய்தியாளர்கள் மிகுந்த
தைரியத்துடன் போரின் முடிவுவரை சாட்சியமாக இருந்துள்ளனர்.
அந்தத் துணிச்சல்மிக்க செயலுக்காக அவர்கள் பெரும் விலையையும்
கொடுத்திருக்கிறார்கள். அப்படியிருப்பினும் அவர்களுடைய
முயற்சிகள் மறக்கடிக்கப்பட்டதாகவும் ஒரங்கட்டப்பட்டதாகவும்
உள்ளது. பெரும்பாலான மேற்கத்திய ஊடகப் பணியாளர்கள்

இறுதிநேரத் தாக்குதலுக்கு முன்னதாக வன்னி பகுதியில் இருந்து வெளியேறிய சூழலில், பல்வேறு ஊடகங்களைச் சேர்ந்த பல தமிழ் ஊடகவியலாளர்கள் வன்னியிலேயே இருந்தனர். அதில் பலர் அத்தியாவசியமான மதிப்பிடற்கரிய தரமான களச்செய்திகளை, இறுதிக்கட்ட மாதங்களின் யதார்த்தத்தை இலங்கையின் பிறபகுதி களுக்கும் உலகத்துக்கும் சொல்லி இருக்கின்றனர்.

அவற்றைத் தடுக்கும் விதத்தில், ஊடகங்களை அழிக்கும் திட்டமிட்ட செயலினை இலங்கை அரசு செய்தது. புலிகளின் குரல் வானொலி நிலையம், தமிழீழத் தேசியத் தொலைக்காட்சியின் ஒளிபரப்பு நிலையம் மற்றும் வன்னியில் இருந்த பிற ஊடக மையங்கள் குண்டு களால் தகர்க்கப்பட்டன. இத்தாக்குதல்களில் குறிப்பிடத்தகுந்த தமிழ் ஊடகப் பணியாளர்கள் காயப்படுத்தப்பட்டனர், கொல்லப்பட்டனர்.

தமிழ் ஊடகவியலாளர்கள்மீதான தாக்குதல்களைக் காட்டிலும் சிங்கள ஊடகவியலாளர்கள் மீதான தாக்குதல்கள் அதிகம் செய்தியாக்கப் படுகின்றன.

தமிழ் மக்கள் புலம்பெயர்ந்துள்ள பகுதிகள் மற்றும் உலகத்தின் பிற பகுதிகளுக்கு அரசு நிகழ்த்திய குற்றங்கள் பற்றிய தமிழ்நெட் அல்லது ஈழநாதம் செய்தி அறிக்கைகள், வீடியோ, படங்கள், ஆடியோ வடிவில் கொண்டு செல்லப்பட்டன. இருப்பினும் அந்தச் செய்தி சேகரிப்புகள் பெருமளவு தவிர்க்கப்பட்டதாகவும் பிபிசி, என்பிசி, நியூயார்க் டைம்ஸ் ஆகியவற்றால் நிராகரிக்கப்பட்டதாகவும் இருந்தன. அரசுகள், உலக அமைப்புகள், தொண்டு நிறுவனங்கள் இவற்றை ஒருசார் பிரசாரங்கள் என நிராகரித்தன.

'இலங்கையின் கொலைக்களங்கள்' என்ற சனல் 4ன் ஆவணப்படத் தொடரானது தமிழ் இதழியலாளர்களின் பணிகளுக்கான அங்கீகாரமாக அமைந்திருக்கிறது.

உள்ளிருந்து எழும் அச்சுறுத்தல்

சர்வதேச ஊடகமானது போருக்குப் பின்பு இலங்கை அரசாங்கத்தை அதிகமாக விமரிசனம் செய்துள்ளது. புகழ்பெற்ற சானல் 4 இதழியலாளர் ஜோனதன் மில்லர் மீது அரசாங்கமும் அரசாங்க சார்பு ஊடகங்களும் புலிகளின் ஏஜெண்ட் என்ற முத்திரை குத்தியது.

முடிவுகள், பரிந்துரைகள், கணிப்புகள்

* இலங்கையில் ஊடகங்களுக்கு எதிரான அரசு வன்முறையை அதற்கே உரிய சூழலில் வைத்துப் பார்த்தால் இத்தாக்குதலுக்குப் பின் உள்ள இன ரீதியான தர்க்கம் வெளிப்பட்டுள்ளது.

- ராணுவமயத்திற்கு பெரிதும் உட்படுத்தப்பட்டுள்ள இன்றைய சமூகத்தில் தமிழ் ஊடகவியலாளர்கள் அனைத்து வகையான நெருக்கடிகளுக்கிடையேயும் பணிபுரிகின்றனர்.

- இலங்கை முழுவதும் முஸ்லீம் எதிர்ப்பு வன்முறையும் துவேஷமும் பரவிக்கொண்டிருக்கிறது. அரசின் மற்றொரு இலக்காக முஸ்லீம் சமூகம் மாறுவது எதிர்பார்க்கக்கூடியது.

- இந்த அறிக்கையில் கண்டறிந்துள்ள ஆய்வு முடிவுகள் சர்வதேச சுதந்தரப் புலனாய்வினைக் கோருகின்றன.

தகவலிணைப்புகள்

1. United Kingdom: Document containing cases of Sri Lankan deportees allegedly tortured on return

   www.hrw.org/news/2012/09/15/united-kingdom-document-containing-cases-sri-lankan-deportees-allegedly-tortured

2. Sri Lanka military to probe blocking of foreign media

   www.straitstimes.com/world/sri-lanka-military-to-probe-blocking-of-foreign-media

3. Cameron in Northern Sri Lanka

   www.bbc.com/news/uk-politics-24954387

4. Harper raises stakes by threatening to cut Commonwealth funding

   www.theglobeandmail.com/news/politics/harper-scrubs-sri-lanka-visit-over-human-rights-violations/article14719839/

5. Mauritius PM also to boycott CHOGM in Sri Lanka

   www.colombopage.com/archive_13B/Nov12_1384277518CH.php

6. Canadian PM to boycott Commonwealth summit over Sri Lanka's human rights record

   www.telegraph.co.uk/news/worldnews/northamerica/canada/10365752/Canadian-PM-to-boycott-Commonwealth-summit-over-Sri-Lankas-human-rights-record.html

7. Salman Khurshid assured all help to arrested journalist in Sri Lanka

   www.ibtimes.co.in/salman-khurshid-assured-all-help-to-arrested-journalist-in-sri-lanka-6342

8. Visit my country to know the truth, says Rajapaksa

www.thehindu.com/todays-paper/tp-miscellaneous/tp-others/visit-my-country-to-know-the-truth-says-rajapaksa/article4398817.ece

9. Sri Lanka counts civilian war dead to counter war crimes claim

www.theguardian.com/world/2011/nov/24/sri-lanka-counts-civilian-war-dead

10. Sri Lanka government publishes war death toll statistics

www.bbc.com/news/world-asia-17156686

11. Sri Lanka admits 65,000 missing from war, insurrection

/in.reuters.com/article/sri-lanka-rights-idINKCN0YU277

12. Right of Reply by Sri Lanka 25th Session of the Human Rights Council

www.lankamission.org/images/pdf/right%20of%20reply%20on%20kilinochchi%20issue_18march2014.pdf

13. Sri Lanka: Free prominent human rights defenders Ruki Fernando and Father Praveen

www.amnesty.org/en/latest/news/2014/03/sri-lanka-free-prominent-human-rights-defenders-ruki-fernando-and-father-praveen/

14. Lanka sacks spy chief after unrest in Tamil north

www.deccanherald.com/content/579023/lanka-sacks-spy-chief-unrest.html

15. South Asia: Sri Lanka's disappeared thousands

news.bbc.co.uk/2/hi/south_asia/306447.stm

16.   Indian Journalist arrested in Sri Lanka

cpj.org/2013/12/indian-journalist-arrested-in-sri-lanka.php

17. செய்திகள்: Source: Al Jazeera (www.aljazeera.com/news/2013/12/indian-journalist-held-sri-lanka-20131227114714808697.html)

Source: (www.abc.net.au/news/2013&12&29/an-slanka-deports-journo/5177432)

ஈழ மண்ணில் ஒரு சவால்மிகு பயணம்.
பதைபதைக்கச் செய்யும் நேரடி ரிப்போர்ட்.
போரால் துண்டாடப்பட்ட ஒரு தேசத்தைக்
கண்முன் நிறுத்தும் ஆவணம்.

★

'இலங்கை அரசியல், அங்கு தமிழ் மக்கள் நடத்திய அகிம்சைப் போராட்டம், ஆயுதம் தாங்கிய யுத்தம், சிங்கள இராணுவம் நடத்திய இனப்படுகொலைகள், இறுதி யுத்தம் ஆகியவை பற்றி ஏராளமான புத்தகங்கள் உண்டு. ஆனால் போருக்குப் பிந்தைய ஈழம், அந்த இடங்கள், மக்கள் நிலைமை பற்றிய புத்தகங்கள் இல்லை. அதுவும் நேரடி சாட்சி எழுதிய பதிவுகள் இல்லை. அந்த வரலாற்றுக் கடமையை மகா. தமிழ்ப் பிரபாகரன் துணிச்சலாகச் செய்துள்ளார்.'

– ஜூனியர் விகடன்

★

'இலங்கை மண்ணில் ஈழத் தமிழர்களுக்கு எதிராக இழைக்கப்பட்ட அநீதியில் இதுவரையில் சிறிதளவே வெளியுலகுக்குத் தெரிய வந்துள்ளது. பெரும் பகுதி குழி தோண்டிப் புதைப்பட்டுள்ளது என்பதை இந்த நூலின் மூலம் தெரிந்துகொள்ளும்போது மனித நேயம் படைத்த யாராலும் பதறாமல் இருக்கமுடியாது. இலங்கை ராணுவத்தின் கண்களில் சாமர்த்தியமாக மண்ணை அள்ளித் தூவிவிட்டு 25 நாள்கள் ஈழ மண்ணின் மூலை முடுக்கெல்லாம் பயணித்து, அங்குள்ள கள நிலைமைகளை அறிந்து படைப்பாக அளித்துள்ள நூலாசிரியரின் அசாத்திய துணிச்சலைப் பாராட்டியே ஆக வேண்டும்.'

– தினமணி

ஜூனியர் விகடன் இதழ்மூலம் பல லட்சக்கணக்கானவர்களைச் சென்றடைந்த தொடர் இப்போது நூல் வடிவில்.

புலித்தடம் தேடி...

மகா. தமிழ்ப் பிரபாகரன்

விலை: ரூ 200